Himnesk Mousse

100 músuppskriftir sem auðvelt er að fylgja eftir til að heilla gestina og fullnægja sætu tönninni

Ragnar Hreinsdóttir

Höfundarréttarefni ©2023

Allur réttur áskilinn

Engan hluta þessarar bókar má nota eða senda á nokkurn hátt eða á nokkurn hátt án skriflegs samþykkis útgefanda og höfundarréttarhafa, nema stuttar tilvitnanir sem notaðar eru í umsögn. Þessi bók ætti ekki að koma í staðinn fyrir læknisfræðilega, lögfræðilega eða aðra faglega ráðgjöf.

EFNISYFIRLIT

EFNISYFIRLIT	3
KYNNING	7
KLASSÍK MÚS	8
1. Heslihnetumús	9
2. Pink Lemonade mousse	12
3. Súkkulaði og karamellu mousse tiramisu	14
4. Páskaeggjamús	17
5. Hvít súkkulaðimús og kívísósa	19
6. Melónumús í muskatvíni	21
7. Avocado og Microgreen Mousse	23
8. Carob mousse með avókadó	25
9. Açaí súkkulaðimús	27
10. Rófamús	30
11. Súkkulaðimús	32
12. Butternut Squash Mousse	34
13. Steikt appelsínmús	36
14. Mangómús	38
15. Mousse de Chocolate	40
16. Ískaldar tvöfaldar súkkulaðimús	42
17. Frosinn Maple Mousse	44
18. Kaffimús	46
19. Kaffilíkjörsmús	49
20. Jarðarberjamargarítamús	51
21. Rjómalöguð graskersmús	53
22. Sítrónu ostakaka morgunmatsmossa	55
23. Amaretto mousse	57

24. Apríkósamús	59
25. Svartskógarmús	61
26. Smjörpekanmús	63
27. Kirsuberjamús	65
28. Sítrusmús	67
29. Foie gras og trufflumús	69
30. Blóma og romm mousse	71
31. Florida key lime mousse	73
32. Grand marnier súkkulaðimús	75
33. Ískaffimús	78
34. Marshmallow Mousse	80
35. Toblerone mousse fondú með marengs	82
36. Andalifrarmús	84
37. Möndlumús au súkkulaði	86
38. Krabbakjötsmús	88
39. Kakó cappuccino mousse	90
40. Krabba- og avókadómús	92
41. Karríeggjamús	94
42. Dökk og þétt súkkulaðimús	96
43. Dökk súkkulaði hindberjamús	98
44. Tvöföld ferskjumús	100
45. Eggjamús	103
46. Glæsilegur mousse torte	105
47. Fersk fíkjumús	108
48. Frosin graskersmús	111
49. Skinkumús	113
50. Guava mousse	115
51. Gateau de mousse a la nektarínu	117
52. Greipaldinsmoús	120

53. Ristað heslihnetumús	122
54. Hunangs- og lavendermús	124
55. Jamaíkósk moussekaka	126
56. Kahlua mousse	128
57. Blaðlauksmús	130
58. Key lime mousse	132
59. Sítrónu kirsuberjahnetumús	134
60. Sítrónusmjörsmús	136
61. Lemon curd mousse	138
62. Sítrónumúsbaka	140
63. Sítrónu jarðarberjamousse kaka	142
64. Sítrónujógúrtmús	145
65. Lime mousse baka	148
66. Macadamia romm mousse baka	150
67. Mangó tangó mousse	153
68. Maple mousse	155
69. Hlynur valhnetumúsbaka	157
70. Mousse a l'orange	159
71. Ólífugarður hindberjamús ostakaka	161
72. Passíuávaxtamús	163
73. Ferskjumús	165
74. Ananas appelsínumús	167
75. Pralín graskersmús	169
76. Royal camembert mousse	171
77. Mandarínumús og afbrigði	173
78. Ananasmús með ristaðri kókoshnetu	175

MÚSBOLLAR   178

79. Vanillu Mousse bollar	179
80. S'mores súkkulaðimús bollar	181

81. Kaffi Mousse bollar — 183

82. Saltkaramellu mousse bollar — 186

83. Nutella Mousse bollar — 188

MOUSSE DOMES — 190

84. Jarðarberjamús hvelfingar með sætabrauðskremi — 191

85. Appelsínu súkkulaðimús hvelfingar — 195

86. Panna Cotta og Mango Mousse hvelfingar — 200

87. Mini Blueberry Mousse Dome með Mirror Glaze — 203

88. Matcha Mousse Tart Dome — 208

MÚSAKÖKUR OG TERTUR — 210

89. Mint Chip Cheesecake Mousse — 211

90. Red Velvet Cheesecake Mousse — 214

91. Lítil kakómústertur — 216

92. Músabollur — 218

93. Jarðarberjahvít súkkulaðimústerta — 220

94. Mousse torte með oreo skorpu — 223

95. Mjúkt cannoli með sítrónumús — 226

96. Grasker ger bundt kaka — 229

97. Bailey's frosin súkkulaðibita mousse kaka — 231

98. Bailey's irish cream mousse baka — 235

99. Bailey's súkkulaðimús — 237

100. Baileys Mousse með vanillu pizzu — 239

NIÐURSTAÐA — 241

KYNNING

Mousse er bragðmikill eða sætur réttur með samkvæmni þéttrar froðu, samsettur úr maukuðu aðalhráefni blandað stífþeyttum eggjahvítum, þeyttum rjóma eða hvort tveggja. Mousse eru nánast alltaf kaldir réttir og sætar mousse eru stundum bornar fram frosnar. Bragðmikil mousse eru oft unnin úr alifuglum, foie gras, fiski eða skelfiski, til að borða sem fyrsta rétt eða léttan rétt. Þeir geta verið stöðugir með því að bæta gelatíni við.

Súkkulaðimús, meðal þekktustu tegunda af mousse, má búa til úr þeyttum rjóma eða þeyttum eggjahvítum, með því að bæta við súkkulaði og sykri. Súkkulaði- og mokkamús eru stundum gerðar með vanilósabotni. Fyrir ávaxtamús kemur maukaður ávöxtur eða safi í staðinn fyrir mjólkina í vaniljunni. Hugtakið mousse er einnig notað um gelatíneftirrétti sem eru þeyttir í froðu eftir að þeir hafa stífnað að hluta.

Mousse er upprunnið á 18. öld í Frakklandi, þar sem orðið mousse þýðir "froðu", sem lýsir loftmikilli áferð mousse.

KLASSÍK MÚS

1. **Heslihnetumús**

Gerir: 10 skammta

HRÁEFNI:
KAKKA
- 1 bolli alhliða hveiti
- 1 bolli kornsykur
- ¼ bolli + 2 matskeiðar ósykrað kakóduft
- 1 tsk matarsódi
- ½ tsk lyftiduft
- ½ tsk salt
- ½ bolli heitt kaffi
- ½ bolli hlutlaus bragðbætt olía
- ½ bolli mjólk, heil eða minni fitu
- ½ tsk vanilluþykkni
- 1 stórt egg

SÚKKULAÐI HESSELNUTUMÚS
- 1 ½ bolli þungur þeyttur rjómi, kaldur
- ¾ bolli súkkulaði heslihnetuálegg
- Tillögur um álegg/skreytingar
- Súkkulaðispænir
- Súkkulaðiskraut
- Ósykrað kakóduft
- Þeyttur rjómi

LEIÐBEININGAR:
UNDIRBÚA KÖKU
a) Forhitið ofninn í 325°F og setjið til hliðar smurða 8 tommu ferninga bökunarpönnu eða 9 tommu kringlótt bökunarpönnu.
b) Í stórri skál, þeytið saman alhliða hveiti, sykur, kakóduft, matarsóda, lyftiduft og salt. Setja til hliðar.
c) Þeytið saman kaffi, olíu, mjólk, vanillu og egg í sérstakri skál.
d) Bætið fljótandi innihaldsefni: út í hveitiblönduna og þeytið þar til það hefur blandast vel saman. Flyttu deigið yfir á tilbúna bökunarpönnu og bakaðu þar til tannstöngull sem stungið er inn nálægt miðjunni kemur hreinn út, um það bil 30 til 40 mínútur. Kældu á pönnunni í 15 mínútur og færðu síðan yfir á vírgrind til að kólna alveg.

UNDIRBÚÐU MOUSSE
e) Þeytið þeyttan rjóma í stórri skál á meðalháum hraða þar til stífir toppar myndast.
f) Bætið súkkulaðiheslihnetuáleggi saman við og blandið varlega saman þar til það hefur blandast vel saman og engar rákir eru eftir.
g) Ef þess er óskað, flytjið músina í sprautupoka.

SAMLAÐU FRÆÐI
h) Skerið kældu kökuna í hæfilega stóra bita.
i) Skiptið helmingnum af kökubitunum á borðið.
j) Rífið eða skeiðið helminginn af músinni yfir kökuna.
k) Toppið með afganginum af kökunni og mousse. Skreytið að vild.
l) Smámunir verða að geyma í kæli þar til þeir eru tilbúnir til framreiðslu.

2. Pink Lemonade mousse

Gerir: 4 skammta

HRÁEFNI:
- 2 tsk sítrónubörkur, fínt rifinn
- 1 bolli þeyttur rjómi
- 1¼ bolli sykur
- 1 tsk sítrónuþykkni
- Bleikur matarlitur
- Ætanleg blóm, til að skreyta

LEIÐBEININGAR:
a) Kældu skálina í frysti þar til hún er tilbúin til notkunar.
b) Þeytið allt hráefnið í kældri skál þar til það er létt og ljóst.
c) Berið fram í stönguðum glösum og skreytið með ætum blómum að eigin vali.

3. Súkkulaði og karamellu mousse tiramisu

Gerir: 12

HRÁEFNI:
- 400 g dökkt súkkulaði, saxað
- 400 g mjólkursúkkulaði, saxað
- 6 egg, aðskilin
- 1 ½ títanstyrk gelatínlauf, mjúk í köldu vatni í 5 mínútur
- 900ml þykkt krem
- 2 tsk vanillubaunamauk
- ½ bolli flórsykur
- 1 bolli kaffilíkjör
- 400 g ladyfinger kex
- Kakó, til að dusta

KARAMELLUMÚS
- 800ml þykkt rjómi
- 2 títanstyrkt gelatínblöð, mjúk í köldu vatni í 5 mínútur
- 2 x 250 g krukkur af dulce de leche í verslun, þeyttar létt til að losna

LEIÐBEININGAR:

a) Setjið súkkulaði í hitaþolna skál yfir pott með sjóðandi vatni og hrærið þar til það er bráðið og slétt. Kælið örlítið, flytjið síðan yfir í hrærivél með rófafestingunni.
b) Þeytið eggjarauður út í.
c) Setjið 300ml rjóma í lítinn pott við vægan hita og látið suðuna koma upp. Kreistið umfram vatn úr matarlíminu og hrærið út í rjómann þar til það hefur bráðnað og blandað saman. Í 3 lotum, þeytið í súkkulaðiblönduna þar til það er slétt. Flyttu yfir í stóra, hreina skál.
d) Þeytið afganginn af 600 ml rjóma með vanillu til stífa toppa. Slappaðu af.
e) Setjið eggjahvítur í hrærivél með þeytarafestingunni og þeytið að stífum toppum. Bætið við sykri, 1 matskeið í einu, og þeytið þar til hún er uppleyst og blandan er gljáandi.

f) Blandið þeyttum rjóma saman við súkkulaðiblöndu og blandið síðan þeyttum eggjahvítum saman við í 2 lotum. Kældu þar til tilbúið er að setja saman.
g) Fyrir karamellumúsina, setjið 200ml rjóma í lítinn pott við vægan hita og látið suðuna koma upp. Kreistið umfram vatn úr matarlíminu og hrærið út í rjómann þar til það hefur bráðnað og blandað saman. Kælið aðeins. Setjið afganginn af 600 ml rjómanum í hrærivél með þeytarafestingunni og þeytið að mjúkum toppum. Blandið losuðu dulce de leche og gelatínblöndunni saman við þar til það er blandað saman. Kældu í 30 mínútur.
h) Setjið kaffilíkjör í breiða skál. Dýfið helminginn af ladyfinger kexinu í líkjör og raðið þeim í tvöfalt lag í botninn á 6L borðskál. Hellið helmingi af súkkulaðimúsinni yfir. Dýfið afganginum af kexinu í líkjör og raðið þeim í tvöfalt lag ofan á moussen. Toppið með karamellumús, sléttið toppinn með pallettuhníf. Geymið í kæli í 2-3 klst þar til stíft. Setjið afganginn af súkkulaðimúsinni í sprautupoka með 1 cm venjulegum stút og geymið í kæli þar til hún er tilbúin til notkunar.
i) Hrærið afganginn af súkkulaðimúsinni ofan á karamellumúsina. Geymið í kæli í 4-5 klukkustundir eða yfir nótt þar til stíft. Stráið kakó yfir, til að bera fram.

4. Páskaeggjamús

Gerir: 4 skammta

HRÁEFNI:
- 8 x 25 g súkkulaðistykki
- 25 g smjör
- 75g Freedom marshmallows
- 30ml vatn
- ½ tsk vanilluþykkni
- 140ml tvöfaldur rjómi

LEIÐBEININGAR:
a) Bræðið 3 af súkkulaðibitunum í hitaþolinni skál yfir pönnu með sjóðandi vatni.
b) Takið eggjahelmingana úr formunum og setjið aftur inn í ísskáp.
c) Setjið afganginn af súkkulaðibitunum, smjöri, marshmallows og vatni í lítinn pott.
d) Eldið við vægan hita og hrærið vel þar til blandan er orðin mjúk áferð. Takið af hitanum og látið kólna.
e) Bætið vanilluþykkni út í tvöfalda rjómann og þeytið þar til stinnir toppar myndast
f) Blandið þeyttum rjómanum varlega saman við slétta súkkulaðiblönduna og skiptið jafnt á milli páskaeggjaformanna.

5. Hvít súkkulaðimús og kívísósa

Gerir: 4 skammta
HRÁEFNI:
- 1½ gelatínblöð
- 7 aura hvítt súkkulaði
- 1 egg
- 3 Kiwi ávextir
- Sítrónu sneiðar
- Sneidd jarðarber eða kiwi
- 1 eggjarauða
- 1 matskeið Cointreau eða Grand Marnier
- 10 aura rjómi
- Flórsykur ávaxtasneiðar

LEIÐBEININGAR:
a) Leggið gelatínblöðin í bleyti í köldu vatni í 10 mínútur til að mýkjast. Bræðið súkkulaðið í hitaþolinni skál yfir pönnu með heitu en ekki sjóðandi vatni. Látið kólna en ekki stífna.
b) Þeytið eggið og eggjarauðuna í ryðfríu stáli skál yfir pönnu með heitu en ekki sjóðandi vatni þar til það þyknar. Kreistu gelatínblöðin og hrærðu út í volgu eggjablönduna þar til þau eru bráðnuð. Látið kólna á meðan enn er þeytt.
c) Bætið brædda súkkulaðinu út í blönduna, smá í einu, þar til blandan er orðin slétt og jöfn. Hrærið líkjörnum saman við.
d) Þeytið rjómann þar til hann er þykkur og blandið honum varlega saman við súkkulaðiblönduna.
e) Setjið moussen inn í ísskáp í 2 tíma, þar til hún hefur stífnað.
f) Gerðu sósuna á meðan. Flysjið kiwi ávextina og maukið þá í hrærivél eða matvinnsluvél. Bætið flórsykri út í eftir smekk ef þarf.
g) Geymið sósuna kalt þar til hún er tilbúin til framreiðslu.
h) Hellið smá sósu á 4 staka rétti. Mótið músina í eggjalaga kúlur með tveimur heitum matskeiðum og setjið ofan á sósuna.
i) Skreytið með nokkrum sítrónulaufum, sneiðum jarðarberjum eða sneiðum af kíví.

6. Melónumús í muskatvíni

Gerir: 6 skammta

HRÁEFNI:
- 11 aura Melónukjöt
- ½ bolli Sweet Muskat vín
- ½ bolli Sykur
- 1 bolli Heavy Cream
- ½ bolli Sykur
- ½ bolli Vatn
- Fjölbreyttir ávextir
- 1½ matskeið gelatín
- 2 eggjahvítur
- 2 bollar Sweet Muskat vín
- 1 kanilstöng
- 1 vanillustöng

LEIÐBEININGAR:
a) Vinnið melónukjötið í blandara í slétt mauk.
b) Setjið matarlímið og ½ bolla Muskat-vínið á litla pönnu og látið suðuna koma upp, blandið vel saman til að tryggja að matarlímið sé alveg uppleyst. Bætið gelatínblöndunni við maukuðu melónuna og blandið vel saman. Setjið yfir skál fulla af ísmolum.
c) Á meðan þeytið þið eggjahvíturnar, bætið sykrinum út í smám saman þar til þær eru þykkar. Flyttu moussen í skál.
d) Til að búa til sósuna, setjið sykur og vatn á meðalstóra pönnu, hitið að suðu og eldið við lágan hita þar til það þykknar og verður gullinbrúnt. Bætið við 2 bollum af Muskat víni, kanilstöng, vanillustöng og ræma af appelsínuberki. Sjóðið.

7. Avocado og Microgreen Mousse

*Gerir:*3

HRÁEFNI:
- 2 rausnarlegar handfylli af mildu örgrænu grænmeti + meira til að skreyta
- 1 avókadó
- 2 matskeiðar sítrónusafi
- 1 bolli mjólk af einhverju tagi
- 1 banani
- 1 bolli ananasbitar
- 1 msk hör- eða chiafræ
- 1 msk sykur eða hunang, eftir smekk

LEIÐBEININGAR:
a) Blandið öllu hráefninu þar til það er slétt.
b) Berið fram á eftirréttadisk.
c) Skreytið með örgrænu.

8. Carob mousse með avókadó

Gerir: 1 skammt

HRÁEFNI:
- 1 msk kókosolía, brætt
- ½ bolli vatn
- 5 dagsetningar
- 1 matskeið karobduft
- ½ tsk möluð vanillustöng 1 avókadó
- ¼ bolli hindber, fersk eða frosin og þíða

LEIÐBEININGAR:
a) Blandið vatninu og döðlunum saman í matvinnsluvél.
b) Blandið kókosolíu, karobdufti og möluðu vanillustönginni út í.
c) Bætið avókadóinu út í og blandið í nokkrar sekúndur.
d) Berið fram með hindberjum í skál.

9. Açaí súkkulaðimús

Gerir: 4 skammta

HRÁEFNI:
- 100 g sykurlausir dökkir súkkulaðibitar
- 175 g döðlur, grófhreinsaðar
- 5 eggjahvítur
- 3 tsk kókoshnetusykur
- ¼ bolli Açaí duft
- 2 bollar grísk/náttúruleg jógúrt
- 2 msk Kókosvatnsduft
- 3 matskeiðar hunang

ÁFLAG:
- Kókosflögur
- Bláber/hindber

LEIÐBEININGAR:

a) Setjið döðlur í pott og setjið vatn yfir. Látið suðuna koma upp og látið malla þar til döðlurnar eru orðnar mjög mjúkar, hrærið í af og til.
b) Bræðið súkkulaði í hitaþolinni skál yfir pönnu með sjóðandi vatni. Setjið til hliðar til að kólna aðeins.
c) Vinnið döðlur og afganginn af sjóðandi vökva í matvinnsluvél þar til þær eru sléttar. Látið kólna, bætið súkkulaði út í og vinnið þar til það hefur blandast saman.
d) Blandið jógúrt, Açaí dufti og hunangi saman í skál þar til það hefur blandast saman.
e) Þeytið eggjahvítur í mjög hreinni, þurrri skál þar til þær verða hvítar og stífar. Bætið 1 tsk af kókossykri út í og þeytið í eina mínútu, bætið við afganginum af kókossykri og þeytið þar til eggjahvítur verða gljáandi.
f) Bætið við lítilli skeið af eggjahvítu til döðlublöndu til að losna og blandið síðan varlega ⅓ af eggjahvítunum í gegn.
g) Hellið þunnu lagi af súkkulaðidöðlublöndu í hvern bolla og setjið í ísskáp í 15 mínútur.
h) Á meðan, blandið eggjahvítunum sem eftir eru varlega saman við Açaí blönduna. Skiptið á milli bolla og setjið í ísskáp í að minnsta kosti klukkutíma.
i) Berið fram með ferskum bláberjum, kókosflögum, hnetum eða áleggi að eigin vali!

10. Rófamús

Gerir: 1 skammt

HRÁEFNI:
- 3 miðlungs rófur; Elduð á húð þeirra
- 2½ bolli kjúklingasoð
- 2 pakkar af óbragðbætt gelatíni
- 1 bolli óbragðbætt jógúrt
- 2 matskeiðar sítrónu- eða limesafi
- 1 lítill rifinn laukur
- 1 matskeið Sykur
- 1 matskeið sinnep
- Salt og pipar; að smakka

LEIÐBEININGAR:
a) Afhýðið og soðnar rófur í teningum.
b) Setjið gelatín í skál með 6 T vatni og hrærið. Látið standa í 2 mínútur og hellið heitu kjúklingakrafti yfir og hrærið í.
c) Vinnið saman allt hráefnið nema gelatínið. Rétt krydd.
d) Bætið kældu gelatíni út í og vinnið aðeins til að blanda saman.
e) Hellið í olíuborið mót til að setja 6. Takið úr og berið fram á miðju disksins umkringdur kjúklingakarrísalati eða rækjusalati

11. Súkkulaðibúðingur

Gerir: 2 skammta

HRÁEFNI:
- 4 aura af möndlumjólk
- 2 matskeiðar Cocoa Protein Superfood Blend
- 3 stykki af kókoshnetukjöti
- 4 stefnumót
- 1 matskeið kókossmjör
- ½ avókadó
- 1 msk hnetusmjör, duftformað
- 2 matskeiðar kókosflögur
- 1 teskeið af Ashwagandha
- ½ tsk perluduft
- ½ tsk bleikt Himalayan sjávarsalt
- ½ tsk túrmerikduft
- 1 matskeið af Manuka hunangi
- 2 dropar af stevíu

LEIÐBEININGAR:
a) Blandið öllu hráefninu saman í blandara.
b) Berið fram skreytt með ferskum ávöxtum, jarðarberjum, goji berjum, granóla og kókosflögum.

12. Butternut Squash Mousse

Gerir: 4 skammta

HRÁEFNI:
- 2 bollar butternut squash, afhýtt og skorið í teninga
- 1 bolli vatn
- 1 tsk sítrónusafi
- 1 bolli kasjúhnetur eða furuhnetur
- 4 döðlur – grýttar og stilkar fjarlægðir
- ½ tsk kanill
- 1 tsk múskat
- 2 tsk lífrænt vanilluþykkni

LEIÐBEININGAR:
a) Blandið öllu hráefninu saman í blandara og blandið í um það bil 5 mínútur, eða þar til það hefur blandast vel saman.
b) Flyttu yfir í einstaka skammtabolla eða stóran skammt.
c) Þetta má vera í kæli yfir nótt og bragðið blandast saman og gerir það enn kryddaðra.
d) Dreypið hlynsírópi yfir áður en það er borið fram.

13. Steikt appelsínmús

Gerir: 4–6

HRÁEFNI:
- 2 stórar appelsínur, skinnið skrúbbað af
- 2 bollar flórsykur
- 1¼ bollar þungur rjómi
- 1 bolli náttúruleg jógúrt
- 2 ferninga dökkt súkkulaði, rakað

LEIÐBEININGAR:

a) Þynnið hverja appelsínu fyrir sig og setjið á bakka.
b) Renndu bakkanum inn í viðarofninn, lokaðu hurðinni og láttu standa í 8–10 klukkustundir.
c) Setjið appelsínurnar og sykurinn í matvinnsluvél og maukið þar til það er alveg slétt.
d) Hellið appelsínublöndunni á sigti yfir skál, þrýstið henni í gegn með skeið og fargið þykkum bitum.
e) Setjið kremið í sér blöndunarskál þegar appelsínublandan hefur kólnað.
f) Bætið jógúrtinni og rjómanum saman við, hrærið því aðeins í kring til að sýna appelsínulagið.
g) Færið yfir á framreiðsludisk. Geymið í kæli í um klukkustund, eða þar til það er stíft.
h) Skreytið með raka súkkulaði.

14. <u>Mango Mousse</u>

HRÁEFNI:
- 3 pund þroskuð mangó, afhýdd
- 11/2 bollar þeyttur rjómi
- 2 eggjahvítur
- 2 matskeiðar lime safi
- 1 bolli sykur
- 2 pakkar gelatín
- 1/2 bolli heitt vatn

LEIÐBEININGAR:
a) Maukið mangóið í blandara eða matvinnsluvél - sigtið á eftir ef það er enn strengt
b) Hellið rjómanum í litla blöndunarskál og setjið í frysti í 10 mínútur Þeytið eggjahvíturnar þar til þær eru stífar.
c) Þeytið rjómann þar til hann nær hámarki og setjið í ísskáp
d) Mýkið gelatínið í smá köldu vatni, leysið síðan matarlímið og sykurinn upp í 1/2 bolla af heitu vatni. Setjið í mangómaukið í blöndunarskál ásamt limesafa og sykri eftir smekk. Magn sykurs og lime fer eftir súrleika mangósins og persónulegu bragði
e) Brjótið saman eggjahvítur, rjóma og mangó þar til það er vel blandað. Hellið í rétta og setjið í ísskáp í 6 klst.

15. <u>Mousse de Chocolate</u>

Gerir: 10 fjórðu bolla skammta

HRÁEFNI:
- 1 pund silki eða mjúkt tófú
- 1 tsk vanilluþykkni
- 1 matskeið hunang
- 3/4 tsk hreint ancho chile duft 1/8 tsk salt
- 1/4 hrúguð teskeið kanill
- 5-1/4 aura dökkt súkkulaði skorið í mjög litla bita
- 3 matskeiðar Kahlua, Grand Marnier, Cointreau, eða þrefaldur sekúndur, eða staðgengill appelsínusafa

LEIÐBEININGAR:
a) Setjið tofu, vanillu, hunang, chile duft, salt og kanil í skál matvinnsluvélar með stálblaðinu.
b) Settu ryðfríu stáli skál yfir lítinn til meðalstóran pott með sjóðandi vatni. Bætið súkkulaðinu og líkjörnum eða appelsínusafanum út í pottinn og hrærið oft með tréskeið þar til súkkulaðið hefur bráðnað alveg, 1–2 mínútur.
c) Bætið súkkulaðiblöndunni í matvinnsluvélina og vinnið með hinu hráefninu í 1 mínútu, stoppið eftir þörfum til að skafa niður hliðarnar á skálinni. Hellið blöndunni í stóra skál eða í aðskilda litla diska.
d) Hyljið með plastfilmu og kælið í nokkrar klukkustundir.

16. Ískaldar tvöfaldar súkkulaðimús

Gerir: 6 skammta

HRÁEFNI:
- 3 til 4 matskeiðar mjög heit mjólk
- 1/4-eyri umslag óbragðbætt gelatín
- 1 1/2 bollar hvítir súkkulaðibitar
- 4 matskeiðar ósaltað smjör
- 2 stórar eggjahvítur
- 1/2 bolli ofurfínn sykur
- 1/2 bolli smátt saxað dökkt súkkulaði
- 1/2 bolli þungur rjómi, létt þeyttur
- 1/2 bolli jógúrt í grískri stíl
- 18 súkkulaðihúðaðar kaffibaunir eða rúsínur
- 1 tsk ósykrað kakóduft, sigtað

LEIÐBEININGAR:
a) Stráið gelatíninu yfir heitu mjólkina og hrærið til að það leysist upp.
b) Ef nauðsyn krefur, örbylgjuofn í 30 sekúndur til að hjálpa því að leysast upp. Bræðið hvíta súkkulaðið og smjörið varlega þar til það er slétt. Hrærið uppleystu gelatíninu saman við og látið kólna, en látið það ekki stífna aftur.
c) Þeytið eggjahvíturnar stífar, þeytið síðan sykurinn smám saman út í og blandið dökka súkkulaðinu saman við.
d) Blandið kældu hvíta súkkulaðinu, þeyttum rjómanum, jógúrtinni og eggjahvítunum varlega saman. Setjið blönduna í 6 einstök mót, eða eitt stórt mót, klætt með plastfilmu til að auðvelda afmótun. Flettu toppana snyrtilega út. Lokið og frystið í 1 til 2 klukkustundir eða yfir nótt.
e) Til að bera fram skaltu losa efstu brúnirnar með litlum hníf. Hvolfið hverju móti á disk og þurrkið af með heitum klút, eða léttið músinni varlega út með plastfilmunni.
f) Setjið músina aftur í frysti þar til þær eru tilbúnar til neyslu.
g) Berið fram með súkkulaðihúðuðum kaffibaunum eða rúsínum og léttri sigtun af duftsúkkulaði.

17. Frosinn Maple Mousse

Gerir: 6 skammta

HRÁEFNI:
- 3/4 bolli alvöru hlynsíróp
- eggjarauður, vel þeyttar
- 2 bollar þeyttur rjómi, stífþeyttur

LEIÐBEININGAR:
a) Hitið síróp ofan á tvöföldum katli. Bætið smá sírópi við eggjarauður og hrærið síðan eggjarauðunum saman við sírópið. Eldið, hrærið stöðugt, þar til það er þykkt. Takið af hitanum og kælið vel.
b) Blandið blöndunni saman við þeyttan rjóma.
c) Setjið í mót eða eftirréttarglös, berið fram kælt eða frosið.

18. <u>Kaffi Mousse</u>

Gerir: 4

Hráefni:
- 2 1/2 matskeiðar púðursykur
- 4 egg
- 3/4 bolli + 2 matskeiðar þungur rjómi
- 3 matskeiðar instant kaffiduft
- 1 matskeið ósykrað kakóduft
- 1 tsk gelatínduft
- 1 msk instant kaffiduft og kakóduft, blandað - valfrjálst, til að klára moussen

LEIÐBEININGAR:

a) Aðskiljið eggjarauður og hvítur. Setjið eggjarauður í stóra skál og hvíturnar í skálina með hrærivélinni. Setja til hliðar.
b) Setjið gelatínduftið í litla skál með köldu vatni, blandið saman og látið liggja í bleyti.
c) Bætið rjómasykrinum út í eggjarauðurnar og þeytið þar til froðukennt og ljósara á litinn.
d) Setjið þunga rjómann, instant kaffiduftið og kakóduftið í lítinn pott og hitið það upp á lágum hita þar til duftið hefur leyst upp, hrærið af og til. Ekki láta rjómann sjóða.
e) Hellið heitu Heavy Cream yfir eggjarauðuna og sykurinn á meðan þeytt er. Þeytið vel og setjið svo aftur í pottinn á lágum hita. Haltu áfram að þeyta þar til kremið byrjar að þykkna, taktu síðan beint af hitanum og færðu aftur í stóra, hreina skál.
f) Bætið endurvökvuðu gelatíninu út í rjómann og þeytið vel þar til það er alveg samofið. Setjið til hliðar til að kólna að fullu.
g) Á meðan kremið er að kólna skaltu byrja að þeyta eggjahvíturnar til að fá stífa toppa.
h) Þegar kremið er orðið kalt skaltu blanda þeyttum eggjahvítunum varlega saman við 3 til 4 sinnum. Reyndu að ofvinna ekki kremið.
i) Hellið kaffimúsinni í einstaka bolla eða krukkur og setjið í ísskáp til að harðna í að minnsta kosti 2 klukkustundir.
j) Valfrjálst: þegar þú ert tilbúinn til að bera fram, stráðu smá instant kaffidufti og kakódufti yfir moussen til að klára þær.

19. **Kaffilíkjörsmús**

HRÁEFNI:
- 4 egg, aðskilin
- 1/4 c kaffilíkjör
- 1/4 c hlynsíróp
- 1/8 c koníak
- 1 c vatn
- 1 c þeyttur rjómi

LEIÐBEININGAR:
a) Blandið saman eggjarauðum, hlynsírópi og vatni í blandara eða með rafmagnsþeytara. Færið í pott og látið suðuna koma upp. Takið af hitanum og bætið við kaffilíkjör og koníaki. Slappaðu af.
b) Þeytið rjóma og eggjahvítur þar til mjúkir toppar myndast.
c) Blandið varlega saman við kælda líkjörblönduna.
d) Skeið í demitasse glös og kælið í 2 klukkustundir.

20. Jarðarberjamargarítamús

Gerir: 5 skammta

Hráefni:
- 4 bollar Heil jarðarber, afhýdd
- 1 bolli Sykur
- 3 matskeiðar sjóðandi vatn
- 4 tsk óbragðbætt gelatín
- ¼ bolli Tequila
- 1 matskeið Triple sec eða annar líkjör með appelsínubragði
- 2 bollar Fitulaus jógúrt

LEIÐBEININGAR:
a) Setjið jarðarber í blandara og vinnið þar til slétt.
b) Hellið í stóra skál; hrærið sykri saman við. Lokið og látið standa í 30 mínútur, hrærið af og til.
c) Blandið sjóðandi vatni og gelatíni saman í lítilli skál; látið standa í 5 mínútur eða þar til gelatínið leysist upp, hrærið stöðugt í. Bætið tequila og triple sec saman við og hrærið vel. Hrærið gelatínblöndunni út í jarðarberjablönduna.
d) Lokið og kælið í 10 mínútur eða þar til blandan byrjar að þykkna. Bætið við jógúrt, hrærið með vírþeytara þar til það er vel blandað.
e) Skiptu blöndunni jafnt á milli 5 smjörlíkisglös eða stór stöngulglas; hyljið og kælið í að minnsta kosti 4 klukkustundir eða þar til það er stíft.

21. Rjómalöguð graskersmús

Gerir: 10

HRÁEFNI:
- 15 aura dós 100% hreint grasker
- 6 skammta pakka instant sykurlaus vanillubúðing blanda
- 1/4 bolli léttmjólk
- 1 tsk malaður kanill
- 2 bollar frosið létt þeytt álegg, þiðnað

LEIÐBEININGAR:
a) Í meðalstórri skál, með rafmagnsþeytara á meðalhraða, þeytið graskerið, búðingsblönduna, mjólkina og kanilinn þar til það er vel blandað saman.
b) Blandið þeyttu álegginu saman við þar til það er vandlega blandað og setjið síðan í skál eða einstök eftirréttarglös.
c) Lokið lauslega og kælið þar til tilbúið er að bera fram.

22. Sítrónu ostakaka morgunmatsmossa

Gerir: 2

HRÁEFNI:
- 3 matskeiðar rjómaostur
- 1 matskeið sítrónusafi
- 1,69 aura þungur rjómi
- 3,38 aura jógúrt
- 1 msk Xylitol
- 1/8 tsk salt
- 2 matskeiðar mysupróteinduft

LEIÐBEININGAR:
a) Blandið rjómaosti og sítrónusafa saman í skál þar til slétt er.
b) Bætið þungum rjóma út í og blandið þar til þeyttur er. Bætið varlega út í jógúrt.
c) Smakkið til og stillið sætuefni ef þarf.
d) Berið fram með ¼ bolla berjakúli.

23. Amaretto mousse

Gerir: 6 skammta

HRÁEFNI:

- 1 pint þeyttur rjómi
- 1 matskeið gelatínduft
- 3 aura Amaretto líkjör
- 4 egg
- 3 matskeiðar sælgætissykur
- Vanilluþykkni, eftir smekk
- Möndluþykkni, eftir smekk
- 1 bolli sneiðar, ristaðar möndlur

LEIÐBEININGAR:

a) Þeytið ferskan, þungan rjómann. Setjið í kæli þar til það er tilbúið til notkunar.
b) Leysið gelatínduftið upp í Amaretto í tvöföldum katli. Haldið heitu þar til það er tilbúið til notkunar.
c) Blandið eggjunum og sælgætissykrinum saman í sérstökum tvöföldum katli.
d) Hitið á lágum hita þar til það er orðið heitt á meðan þeytt er stöðugt.
e) Takið eggja- og sykurblönduna af hitanum og hrærið á miklum hraða þar til þéttleikinn nær hámarki.
f) Brjótið gelatínblönduna út í eggin.
g) Blandið þeyttum rjómanum saman við og bætið vanillu- og möndluþykkni út í eftir smekk.
h) Fylltu eftirréttarglösin og settu í kæli þar til það er stíft, um það bil 1 klukkustund.
i) Skreytið með sneiðum, ristuðum möndlum.

24. Apríkósu mousse

Gerir: 6 skammta

HRÁEFNI:
- 1¾ bolli vatn
- 6 aura sítrónu gelatín
- 8 apríkósur, þroskaðar
- 2 matskeiðar brandy eða apríkósu brandy
- 1 bolli þeyttur rjómi, ferskur

LEIÐBEININGAR:
a) Látið suðuna koma upp í stórum potti. Takið af hellunni, bætið gelatíninu út í og hrærið þar til það er uppleyst. Setjið til hliðar og látið kólna.
b) Skolaðu apríkósurnar vel, helmingaðu og fjarlægðu gryfjurnar. Maukið í blandara eða matvinnsluvél þar til það er slétt. Bætið maukuðu apríkósunum og brandíinu við kældu gelatínblönduna og kælið þar til það hefur þykknað aðeins, um 1 klukkustund.
c) Þeytið apríkósublönduna örlítið og blandið síðan þeyttum rjómanum saman við.
d) Færið moussen yfir í mót eða framreiðsludisk og kælið þar til það er stíft.

25. Svartskógarmús

Gerir: 10 skammta

HRÁEFNI:
- 1 eyri ósykrað súkkulaði; bráðna
- 14 aura sætt þétt mjólk
- 1 bolli kalt vatn
- 1 pakki Súkkulaði skyndibúðingur; 4 skammtastærðir
- ¾ tsk möndluþykkni
- 2 bollar þungur rjómi; þeyttur
- 21 aura Kirsuberjabökufylling; kældur

LEIÐBEININGAR:
a) Í stórri skál, þeytið súkkulaði með sætri þéttri mjólk.
b) Þeytið vatni út í og síðan búðingblöndu og ½ teskeið þykkni. Frystið í 5 mínútur. Blandið þeyttum rjóma saman við.
c) Skeið jöfnum skömmtum í 10 eftirréttarrétti.
d) Hrærið ¼ tsk þykkni sem eftir er í kirsuberjabökufyllinguna; skeið yfir eftirrétti.

26. Smjör pecan mousse

Gerir: 4 skammta

HRÁEFNI:
- ¾ bolli Pekanhnetur
- 1 msk Smjör, brætt
- Tveir 8 aura pakkar mildaður rjómaostur
- ¼ bolli sykur
- ¼ bolli þétt pakkaður púðursykur
- ½ tsk ts vanillu
- 1 bolli þeyttur rjómi, þeyttur
- Ristaðir pecan bitar til að skreyta

LEIÐBEININGAR:
a) Húðaðu pekanhnetur með smjöri; bakað á ofnplötu við 350F. um 5 mínútur þar til ristað. Saxið smátt; setja til hliðar.
b) Þeytið rjómaost; þeyttu sykri og vanillu út í. Hrærið pekanhnetum saman við.
c) Brjótið þeyttan rjóma í pekanhnetur; hrærið í framreiðslurétti. Skreytið með ristuðum pecan bitum.

27. Kirsuberjamús

Gerir: 6 skammta

HRÁEFNI:
- 6 stór egg, aðskilin
- ½ bolli Sykur
- ¼ bolli auk 2 matskeiðar vatn
- 3½ pint Heavy Cream
- 3½ bolli terta eða sætkirsuber, maukað

LEIÐBEININGAR:
a) Setjið hvíturnar í kæliskápinn og eggjarauðurnar í stóra skál úr ryðfríu stáli og setjið til hliðar.
b) Blandið saman sykrinum og vatni í þungum potti. Blandið þar til það er leyst upp og setjið á háan hita. Sjóðið í 2 til 3 mínútur. Þegar sykurinn er tær og alveg uppleystur, takið þá af hellunni og hrærið eggjarauðunum hratt út í.
c) Með hrærivél, þeytið þessa blöndu á miklum hraða í 5 til 8 mínútur eða þar til hún er stíf og glansandi. Setja til hliðar.
d) Þeytið rjómann þar til stífir toppar myndast og setjið til hliðar. Þeytið eggjahvíturnar til að mynda stífa toppa og setjið til hliðar.
e) Bætið maukuðum kirsuberjum út í eggjarauðublönduna og blandið vel saman. Blandið þeyttum rjómanum saman við og síðan eggjahvíturnar. Hellið í einstaka diska eða stóra skál og kælið fljótt í að minnsta kosti 2 klukkustundir, lengur ef hægt er.
f) Berið fram með þeyttum rjóma eða hnetum sem skraut.

28. Sítrusmús

Gerir: 8 skammta

HRÁEFNI:

- ⅓ bolli sykur
- 1 umslag óbragðbætt gelatín
- 1½ tsk maíssterkja
- 2 tsk Fínt rifið appelsínubörkur eða mandarínubörkur
- 1 bolli appelsínusafi eða mandarínusafi
- 4 hrærð egg
- 2 matskeiðar appelsínulíkjör
- 6 eggjahvítur
- 3 matskeiðar Sykur
- 1½ bolli þeyttur rjómi

LEIÐBEININGAR:

a) Blandið saman ⅓ bolla sykri, gelatíni og maíssterkju í stórum potti.
b) Hrærið appelsínuberki, appelsínusafa og eggjarauðu saman við.
c) Eldið og hrærið við lágan hita þar til gelatínið er leyst upp og blandan er örlítið þykk. Takið af hitanum.
d) Hrærið appelsínulíkjör saman við. Kældu að þéttleika maíssíróps, hrærið oft. Takið úr kæli.
e) Þeytið strax eggjahvítur þar til mjúkir toppar myndast. Bætið 3 msk af sykri smám saman út í og þeytið þar til enn myndast toppar.
f) Þegar gelatínblandan er stífnuð að hluta er eggjahvítunum blandað saman við.
g) Þeytið þeytta rjómann í stóra hrærivélaskál þar til mjúkir toppar myndast. Blandið saman við gelatínblönduna.
h) Kælið þar til blandan hrúgast þegar hún er skeiðuð. Breyttu í 2 lítra souffle fat. Lokið og kælið í um 6 klukkustundir eða þar til það er stíft.

29. Foie gras og trufflu mousse

Gerir: 1 skammt

HRÁEFNI:
- 1 1/4 pund Grade A Foie Gras; við stofuhita
- ¼ bolli koníak
- ¼ bolli Þungur rjómi
- Salt
- Nýmalaður svartur pipar
- ½ únsa svartar trufflur fínt saxaðar
- 1 tugi ristað brauðpunkta

LEIÐBEININGAR:
a) Í matvinnsluvél með málmblaði, bætið fois grasinu út í og maukið þar til það er slétt. Bætið koníaki og rjóma út í.
b) Vinnið þar til slétt. Kryddið með salti og pipar.
c) Takið úr örgjörvanum og blandið trufflunum saman við.
d) Skeið af mousse í 2 bolla postulínsformi.
e) Berið moussen fram við stofuhita með ristuðu brauðunum.

30. Blóma og romm mousse

Gerir: 8 skammta

HRÁEFNI:
- 6 aura bitur súkkulaði
- 6 stór egg, aðskilin
- 1 matskeið Cointreau eða Grand Marnier
- ¾ bolli Þeyttur rjómi
- Súkkulaðiskraut
- 8 nellikur eða önnur smáblóm
- Brandy

LEIÐBEININGAR:
a) Bræðið súkkulaðið efst í tvöföldum katli yfir sjóðandi vatni. Taktu það af hitanum, láttu það kólna.
b) Þeytið eggjahvíturnar þar til toppar myndast og blandan er gljáandi en ekki þurr; setja þá til hliðar. þeytið eggjarauður aðeins með romminu.

31. Florida key lime mousse

Gerir: 6 skammta

HRÁEFNI:
- ¾ bolli ferskur lime safi
- 1 Umslag óbragðbætt gelatín
- 4 stór egg; aðskilin, við stofuhita
- ¾ bolli sykur
- 1 bolli Kældur þeyttur rjómi
- Þeyttur rjómi
- Ristað rifin kókos

LEIÐBEININGAR:
a) Settu 2 matskeiðar lime safa í litla skál; stráið gelatíni yfir. Setjið til hliðar til að mýkjast.
b) Þeytið eggjarauður í þungum litlum potti til að blanda saman. Þeytið afganginn af limesafa út í, síðan ½ bolli af sykri.
c) Eldið við vægan hita þar til blandan þykknar aðeins, hrærið stöðugt í. Takið af hitanum.
d) Bæta við gelatíni; hrærið til að leysast upp. Hellið í stóra skál. Flott.
e) Þeytið 1 bolla rjóma í meðalstórri skál að mjúkum toppum. Bætið restinni af sykri smám saman út í og þeytið þar til það er stíft. Notaðu hreina þurra þeytara og þeytið hvíturnar í annarri skál þar til mjúkir toppar myndast. Brjótið hvíturnar í rjóma. Blandið rjómablöndunni varlega saman við limeblönduna. Skiptið á sex 5 aura custard bolla.
f) Lokið og kælið þar til það er stíft.
g) Toppið hverja mousse með klút af þeyttum rjóma. Stráið kókos yfir.

32. Grand marnier súkkulaðimús

Gerir: 6 skammta

HRÁEFNI:
- 4½ tsk óbragðbætt gelatín
- ¾ pund bitursættir súkkulaðibitar
- ½ bolli Plus
- 2 matskeiðar Grand Marnier
- 2¼ bolli Vel kældur þungur rjómi
- ¾ bolli Ofurfínn sykur
- ⅓ bolli Kornsykur
- 2 matskeiðar Fín julienne af appelsínuberki

LEIÐBEININGAR:

a) Í lítilli skál stráið matarlíminu yfir ⅓ bolla af köldu vatni. Mýkið í 5 mínútur og hitið í litlum potti og hrærið blönduna við meðalhita þar til matarlímið leysist upp. Bræðið súkkulaði í tvöföldum katli yfir varla sjóðandi vatni og hrærið þar til það er slétt. Hrærið gelatínblöndunni út í og ¼ bolli auk 2 msk Grand Marnier þar til blandan er slétt. Taktu af hitanum, haltu pönnunni yfir heita vatninu.

b) Þeytið rjómann í kældri skál með hrærivél og bætið ofurfínum sykrinum út í smá í einu. Bætið hinum ¼ bolla af Grand Marnier út í og þeytið blönduna þar til hún heldur stífum toppum. Flyttu 1-½ bolla af þeyttum rjómablöndu í litla skál og geymið hana, þakinn og kæld. Takið súkkulaðiblönduna af yfir heita vatninu og látið kólna í 30 sekúndur.

c) Þeytið afganginn af þeyttum rjómablöndunni út í með hrærivélinni þar til hún hefur blandast vel saman.

d) Skiptið músinni í sex 1 bolla bikara og kælið, þakið plastfilmu, í 30-40 mínútur eða þar til næstum harðnað. Með lítilli skeið skaltu ausa matskeið í miðju hvers og eins, færðu útskornu músina yfir í lítinn pott.

e) Fylltu dældirnar með einhverju af þeyttu rjómablöndunni. Hrærið útskorna mousse við vægan hita þar til hún er slétt. Hellið því yfir músina og kælið þær þaktar með plastfilmu í 2 klst.

f) Bleikið appelsínubörkinn í sjóðandi vatni í 1 mín. og holræsi. Blandið saman börk, sykri og ¼ bolli af vatni á sömu pönnu. Látið suðuna koma upp við meðalhita, hrærið þar til sykurinn leysist upp og sjóðið í 4 mínútur eða þar til börkur er hálfgagnsær og vökvi minnkar. Bætið ¼ bolla af köldu vatni. Látið suðu koma upp og sigtið blönduna í gegnum fínt sigti, fargið vökvanum. Látið börkinn kólna.

g) Skreytið með sætabrauðspoka með afganginum af þeyttum rjómablöndunni og stráið sykraða börknum yfir.

33. Ískald kaffimús

Gerir: 1 skammt

HRÁEFNI:
- ½ tsk Óbragðbætt gelatín
- 2 matskeiðar Vatn
- ½ bolli sykruð þétt mjólk
- 1½ tsk Instant espresso duft
- ½ tsk Vanilla
- ½ bolli Vel kældur þungur rjómi

LEIÐBEININGAR:
a) Í litlum potti er matarlíminu stráð yfir vatnið og látið mýkjast í 2 mínútur.
b) Bætið mjólkinni og espressóduftinu út í og hitið blönduna við meðalhita, þeytið stöðugt þar til duftið er uppleyst.
c) Takið pönnuna af hellunni, hrærið vanillu út í og setjið pönnuna í skál með ís og köldu vatni, hrærið í blöndunni á nokkurra mínútna fresti þar til hún er orðin þykk og köld.
d) Þeytið rjómann í lítilli skál þar til hann heldur bara stífum toppum og blandið kaffiblöndunni varlega en vandlega saman við.
e) Skellið músinni í 2 kæld langsótt glös og kælið hana þar til hún er tilbúin til framreiðslu.

34. Marshmallow Mousse

Gerir 4-6

HRÁEFNI:
- 250 g marshmallows
- 200 ml hálft og hálft
- 1/2 bolli grísk jógúrt
- 3 dropar fjólublátt matargel, valfrjálst
- 3 dropar bleikt matargel, valfrjálst
- 3 dropar appelsínugult matargel, valfrjálst

LEIÐBEININGAR:
a) Við vægan hita, eldið rólega marshmallows og 2 matskeiðar af helmingnum og helmingnum í litlum potti á meðan hrært er stöðugt. Þeir geta brennt auðveldlega svo fylgstu með þeim.
b) Taktu af hitanum og haltu áfram að hræra ef þau líta út fyrir að þeir gætu brennt.
c) Þegar marshmallows hafa bráðnað og blandan er slétt, leyfið að kólna í 5 mínútur.
d) Bætið restinni af helmingnum og helmingnum og jógúrtinni út í og blandið saman til að blanda saman.
e) Skiptið blöndunni á milli skála og litið með fjólubláu, bleikum og appelsínugulu geli, allt eftir fjölda laga.
f) Til að setja lag, setjið fyrsta lagið varlega í matarglös. Kælið í 5-10 mínútur. Endurtaktu með restinni af lögunum.
g) Geymið í kæli þar til þarf. Þegar borið er fram, látið standa í stofuhita í 15 mínútur.

35. Toblerone mousse fondú með marengs

Gerir: 1 skammt

Hráefni:
- 7 aura Toblerone bitursætt súkkulaði
- ⅓ bolli Þungt rjómi
- 3 eggjahvítur
- ⅓ bolli sykur
- Jarðarber
- Stjörnuávöxtur, skorinn í sneiðar
- Frælaus rauð og græn vínber
- Þurrkaðar apríkósur

LEIÐBEININGAR

a) Bræðið súkkulaðið ásamt rjómanum í málmskál yfir potti með varla kraumandi vatni, hrærið, takið skálina af pönnunni og látið blönduna kólna á meðan marengsinn er búinn til.

b) Blandið hvítunum og sykrinum saman í annarri málmskál, setjið skálina yfir pott með heitu en ekki sjóðandi vatni og hrærið í blöndunni þar til sykurinn er uppleystur.

c) Þeytið marengsinn með handþeytara í 5 mínútur, eða þar til hann hefur gljáandi stífa toppa og er hlýr viðkomu.

d) Takið skálina af pönnunni og haltu áfram að þeyta marengsinn þar til hann er kaldur. Flyttu 1 bolla af marengsnum yfir í sætabrauðspoka með litlum skrautodda, blandaðu afganginum af marengsnum varlega en vandlega saman við súkkulaðiblönduna og skiptu músinni í 6 litla rétti.

e) Á ofnplötu fóðruð með bökunarpappír eða filmu pípa afganginn marengs í 2-tommu ræmur og baka ræmur í miðju forhitaða 300&°; F. ofn í 15 mínútur, eða þar til þær eru létt gylltar.

f) Látið marengsinn kólna á bökunarplötunni og takið þá af pappírnum.

g) Marengsinn má búa til með 2 daga fyrirvara og geyma hann í loftþéttu íláti. Berið marengs og ávexti fram til að dýfa ofan í mousse fondues.

36. Andalifrarmús

Gerir: 6 skammta

Hráefni:
- 1 pund andalifur, hreinsuð
- 1 matskeið Kosher salt
- 2 til 3 stórir skalottlaukar, saxaðir
- 1 eyri Brandy
- 1 msk ferskur pipar
- 1 únsa heslihnetulíkjör
- 1 matskeið Múskat
- 3 bollar Þungur rjómi

LEIÐBEININGAR:

a) Setjið lifur, skalottlauka, pipar, múskat, salt, brennivín og líkjör í matvinnsluvél og maukið. Með vélinni á bæta við 3 bollum þungum rjóma. Sigtið í gegnum fínt sigti. Bakið í vatnsbaði við 325 til 350 þar til miðjan er þétt viðkomu.

37. Möndlumús eða súkkulaði

Gerir: 6 skammta

Hráefni:
- 1 umslag ósykrað gelatínduft
- ¼ bolli kalt vatn
- 2 Ósykrað bökunarsúkkulaði
- Ferninga
- 1 Hálfsætt súkkulaðitorg
- ½ bolli Mjólk
- ½ bolli Sykur
- 1 pint Heavy Cream
- ¼ tsk möndluþykkni
- ½ bolli blótaðar möndlur – ristaðar
- & saxað

LEIÐBEININGAR:

a) Mýkið gelatínið í vatni. Bræðið súkkulaði í mjólk yfir sjóðandi vatni.

b) Bætið við sykri og hrærið þar til hann leysist alveg upp. Látið kólna. Þeytið rjóma þar til hann stendur í mjúkum toppum. Hrærið möndluþykkni og söxuðum möndlum í kælt súkkulaði. Brjótið ⅓ af þeytta rjómanum saman við súkkulaðiblönduna. Blandið því næst afgangnum af rjómanum saman við. Hellið í aðlaðandi skál og látið standa í kæli, þakið plastfilmu, í að minnsta kosti 2 klukkustundir eða yfir nótt. Skreytið með þeyttum rjóma, sykurfjólum, rifnu sætu súkkulaði eða ristuðum möndlum áður en það er borið fram.

38. Krabbakjötsmús

Gerir: 6 skammta

Hráefni:
- 1 matskeið óbragðbætt gelatín
- ¼ bolli kalt vatn
- 1 bolli óþynnt sveppasúpa
- 8 aura Rjómaostur, mildaður
- 1 bolli majónes
- ¾ bolli fínsaxað sellerí
- 6½ aura dós Alaskakóngakrabbakjöt, tæmd
- 1 msk Rifinn laukur
- 1½ tsk Worcestershire sósa

LEIÐBEININGAR:
a) Leggið matarlím í bleyti í köldu vatni til að mýkjast. Hitið súpuna. Hrærið matarlím út í heita súpu og passið að það sé leyst upp. Bætið við rjómaosti og majónesi. Þeytið þar til slétt. Bætið við sellerí, krabbakjöti, lauk og Worcestershire. Hellið í mót og kælið. Berið fram með kylfukexi.

39. Kakó cappuccino mousse

Gerir: 8 skammta

Hráefni:
- 1 dós (14oz) sætt þétt mjólk
- ⅓ bolli kakó
- 3 matskeiðar Smjör eða smjörlíki
- 2 teskeiðar Instant kaffi eða espresso; leyst upp í
- 2 tsk Heitt vatn
- 2 bollar (1 pint) kaldur þeyttur rjómi

LEIÐBEININGAR:

a) Blandið sykruðu niðursoðnu mjólk, kakói, smjöri og kaffi saman í meðalstóran pott. Eldið við lágan hita, hrærið stöðugt í þar til smjörið bráðnar og það er slétt. Takið af hitanum og kælið. Þeytið þeyttan rjóma þar til hann er stífur.

b) Blandið súkkulaðiblöndunni smám saman saman við þeyttan rjóma. Setjið í eftirréttarrétti og geymið í kæli í um 2 klst. þar til sett. Skreytið að vild (meira þeyttum rjóma og/eða stráið kakói létt yfir.

40. Krabbi og avókadó mús

Gerir: 6 skammta

Hráefni:
- 2 matskeiðar óbragðbætt gelatín
- 1 bolli grænmetis- eða kjúklingakraftur
- 2 avókadó; afhýdd, skorið og skorið í 1/2 tommu bita
- 1½ bolli krabbakjöt
- 1 tsk Salt
- ½ tsk hvítur pipar
- ⅛ teskeið Malaður múskat
- 2 matskeiðar Madeira
- 1½ bolli sýrður rjómi
- Gúrkusneiðar til skrauts

LEIÐBEININGAR:
a) Mýkið gelatíníð í soðinu í potti. Setjið yfir meðalhita og látið suðuna koma upp, hrærið af og til. Takið af hitanum og látið kólna að stofuhita.
b) Hellið ¼ bolla af matarlímsblöndunni í 4 bolla kælt mót og setjið í frysti þar til það hefur stífnað, um það bil 5 mínútur.
c) Settu avókadóin í vinnuskál. Bætið við krabbakjöti, salti, pipar, múskati, Madeira, sýrðum rjóma og afganginum af matarlímskraftinum.
d) Blandið vel saman. Hellið í tilbúið mót. Kældu að minnsta kosti 4 klukkustundum áður en það er tekið úr mótun. Skreytið með sneiðum gúrkum áður en borið er fram.

41. Karríeggjamús

Gerir: 10 skammta

Hráefni:
- 1 430 g dós uppgufuð mjólk
- 1 430 g dós rjómalaga súpa
- 1 msk karrýduft
- 2 tsk laukduft
- 1 msk sítrónu- eða limesafi
- 1 lítil krukka hnakkahrogn
- 1 matskeið gelatín
- 8 egg, harðsoðin, saxuð
- Salt eftir smekk
- 1 msk steinselja eða graslaukur, saxaður
- 2 estragon eða dillblöð
- 1 lime eða sítróna
- SKREYTIÐ

6 í hádeginu eða 10 í forrétt.

LEIÐBEININGAR:
a) Bræðið gelatínið með smá heitu vatni og hrærið þar til það er ljóst.
b) Þeytið ½ dós uppgufaða mjólk þar til hún er þykk. Setjið afganginn af mjólkinni í blandara með súpunni, karrýduftinu, laukduftinu, lime- eða sítrónusafanum, bræddu matarlíminu og grófsöxuðum eggjum, blandið þar til það er slétt. Blandið þessari blöndu með saxuðu steinseljunni út í þeytta mjólkina. Saltið eftir smekk.
c) Hellið í blautan haug og geymið í kæli þar til stíft er, takið síðan af og dreifið kavíarnum ofan á. Umkringdu moussen með þunnt sneiðum lime eða sítrónu og greinum af ferskum kryddjurtum. Berið fram með salati (og köldu kjöti ef vill).

42. Dökk og þétt súkkulaðimús

Gerir: 10 skammta

Hráefni:
- ¾ bolli sætt smjör
- 1½ bolli kakó
- 1 bolli Þungur rjómi; vel kældur.
- 6 egg; stofuhiti.
- 1¼ bolli 10x sykur
- 3 msk 10x sykur
- 2 msk koníak
- 1½ hver tb Sterkt kaffi

LEIÐBEININGAR:
a) Bræðið smjör; hrærið kakó saman við þar til það er slétt; flott.
b) Þeytið rjóma í kældu stáli eða glerskál þar til hann er stífur; setja til hliðar.
c) Í stórri skál, þeytið eggjarauður með 1/2 c 10x sykri þar til ljós
d) Blandið koníaki og kaffi saman við. Setja til hliðar.
e) Þeytið eggjahvíturnar þar til þær freyða. Bætið restinni af 10x sykri smám saman út í og þeytið þar til stífir toppar myndast.
f) Blandið kakóblöndunni varlega saman við eggjarauðublönduna.
g) Skeið í framreiðsluskál. Lokið og kælið yfir nótt. Takið úr 'kæli' um 30 mínútum áður en borið er fram.

43. Dökk súkkulaði hindberjamús

Gerir: 6 skammta

Hráefni:
- 1½ bolli fersk hindber
- ¼ bolli sykur
- 2 matskeiðar Framboise líkjör
- 10 aura bitursætt súkkulaði,
- Gróft saxað
- 4 matskeiðar (1/2 stafur) ósaltað smjör
- 1 bolli Heavy Cream - kælt
- 3 Jumbo egg, aðskilin -- við stofuhita
- ¾ bolli þungur rjómi, mjúklega þeyttur
- ½ pint fersk hindber - til skrauts

LEIÐBEININGAR:
a) Myljið hindberin gróflega með gaffli í lítilli skál. Hrærið sykrinum og Framboise út í. Látið blönduna standa við stofuhita í 30 mínútur.
b) Bræðið súkkulaðið og smjörið í breyttum tvöföldum katli.
c) Þeytið rjómann á meðan súkkulaðið bráðnar. Hrærið eggjarauðunum út í mulda hindberjablönduna. Þeytið eggjahvíturnar.
d) Fjarlægðu skálina með bræddu súkkulaði úr breytta tvöfalda katlinum og settu hana á vinnuborð. Allt í einu, hrærið hindberjablöndunni saman við. Hrærið þeytta rjómann saman við. Hrærið eggjahvítunum saman við.
e) Snúðu mousse í framreiðsluskál eða staka rétti. Kældu þar til það er stíft, um það bil 2 klukkustundir fyrir staka skammta, fimm klukkustundir fyrir stóra skál af mousse.
f) Skreytið hvern skammt með ögn af mjúkþeyttum rjóma og einu eða tveimur ferskum hindberjum.

44. Tvöföld ferskjumús

Gerir: 1 skammt

Hráefni:
- 1½ bolli Þurrkaðar ferskjur; (um 8 aura)
- 1½ bolli Vatn
- ½ bolli ferskjulíkjör
- 1 matskeið óbragðbætt gelatín
- 3 stór egg; aðskilin, stofuhita
- ½ bolli Auk 3 1/2 matskeiðar sykur
- 2 bollar Kældur þeyttur rjómi
- 1 Klípa rjóma af tartar
- Fersk myntugrein

LEIÐBEININGAR:

a) Blandið saman þurrkuðum ferskjum og vatni í þungum meðalstórum potti. Látið standa í 30 mínútur. Látið suðuna koma upp. Lækkið hitann og látið malla varlega þar til hún er mjög mjúk, um 20 mínútur.

b) Á meðan, setjið ¼ bolla ferskjulíkjör í litla skál; stráið gelatíni yfir. Setjið til hliðar til að mýkjast. Þeytið 3 eggjarauður, ½ bolli af sykri og ¼ bolli ferskjulíkjör sem eftir er ofan í tvöfaldan katli þar til hann er ljós á litinn. Setjið yfir sjóðandi vatn og hrærið þar til það er nógu þykkt til að hylja bakhlið skeiðarinnar þegar fingurinn er dreginn yfir (ekki sjóða), um það bil 2 mínútur.

c) Flyttu yfir í litla skál.

d) Bætið gelatíni við heita ferskjublönduna og hrærið þar til það er uppleyst. Færið yfir í örgjörva og maukið þar til það er slétt. Hellið í stóra skál. Kældu niður í stofuhita, hrærðu af og til (ekki láta ferskjublönduna setjast upp.) Bætið vaniljunni við ferskjublönduna og þeytið saman. Notaðu rafmagnshrærivél, þeytið rjóma í meðalstórri skál að mjúkum toppum. Blandið ⅓ af þeyttum rjóma saman við ferskjublönduna til að létta. Blandið því sem eftir er af rjómanum varlega saman við í 2 lotum.

e) Notaðu hreina þurra þeytara, þeyttu eggjahvítur og vínsteinsrjóma í annarri meðalstórri skál þar til froðukennt. Bætið smám saman hinum 3½ msk sykri út í og þeytið þar til slétt, gljáandi og næstum stíft en ekki þurrt. Brjótið ⅓ af hvítum saman við ferskjublönduna til að létta. Blandið afganginum af hvítu varlega saman við í 2 lotum. Hyljið skálina með plasti og kælið mousse í 8 klukkustundir eða yfir nótt.

f) Setjið mousse í sætabrauðspoka með stórum stjörnuodda. Píptu mousse í bikara eða vínglös. Toppið mousse með ferskum myntugreinum og berið fram.

45. Eggjamús

Gerir: 4 skammta

Hráefni:
- 3 eggjarauður
- ½ bolli Sykur
- 1 hver Pakkning óbragðbætt gelatín
- 3 matskeiðar Dökkt romm
- 2 matskeiðar Brandy
- 2 bollar Þeyttur rjómi
- ½ bolli Sykur
- 1½ tsk Nýmalaður múskat
- 2 tsk Vanilla
- 3 eggjahvítur

LEIÐBEININGAR:

a) mulið piparmyntukonfekt til skrauts (eða örsmáar sælgætisstönglar) Þeytið eggjarauður og ½ bolli af sykri í ryðfríu stáli skál yfir heitu vatni eða efsta helmingi tvöfalda ketilsins þar til þær verða ljósar (um það bil 2 mínútur).

b) Bætið gelatíni sem hefur verið mýkt í rommi og brandí út í eggjablönduna og haldið áfram að þeyta í eina mínútu í viðbót. Takið blönduna af hitanum og kælið í 10 mínútur. Þeytið á meðan rjóma, ½ bolli sykur, múskat og vanillu saman við. Þeytið eggjahvítur þar til þær mynda þétta toppa. Blandið þeyttum rjóma saman við kælda gelatínblönduna og blandið vandlega saman. Blandið eggjahvítunum varlega saman við. Kælið í 4-6 klst.

c) Skreytið með muldu piparmyntu sælgæti, eða litlu sælgætisstöngum.

46. Glæsileg mousse torte

Gerir: 1 skammtur

Hráefni:
- ¾ bolli Plus 2 T alhliða hveiti
- 3 matskeiðar Sykur
- 1 eggjarauða
- ¼ bolli smjör
- 6 eggjarauður
- 3 matskeiðar sítrónusafi
- ½ tsk sítrónubörkur
- 1 bolli sigtaður konfektsykur (allt að 3/4)
- 6 eggjahvítur
- 1 bolli Sigtað kökumjöl
- ¼ bolli Sigtuð maíssterkja
- ¾ tsk lyftiduft
- ½ bolli Rifinn sætt súkkulaði
- ½ bolli niðurmulinn ananas
- ¼ bolli Bráðið smjör
- 1 matskeið óbragðbætt gelatín
- 3 matskeiðar kalt vatn
- 2 bollar Þeyttur rjómi
- ¾ bolli sælgætissykur
- ½ bolli niðurmulinn ananas
- 1 bolli Rifinn sætt súkkulaði
- ¼ bolli Vatn
- 2 matskeiðar Kirsch eða romm
- 2 matskeiðar Sykur

LEIÐBEININGAR:
a) Forhitið ofninn í 350F. Fóðraðu og smyrðu botninn á þremur 9 tommu hringlaga pönnum. Setja til hliðar.
Undirbúa skorpu:
b) Sigtið hveiti og sykur í skál; bætið við eggjarauðu og smjöri og blandið vel saman til að gera slétt deig. Rúllið í hring sem er 9 tommur í þvermál á milli tveggja stykki af vaxpappír. Stingið yfir

allt og kælið í 30 mínútur. Bakið á kökuplötu í 20 mínútur eða þar til þær eru ljósbrúnar.

Undirbúa köku:

c) Sameina eggjarauður, sítrónusafa, sítrónubörk og sykur; þeytið þar til létt og rjómakennt. Þeytið eggjahvítur í annarri skál þar til þær eru stífar og blandið síðan saman við eggjarauðublönduna. Sigtið saman hveiti, maíssterkju og lyftiduft og blandið svo saman við eggjablönduna. Að lokum er ananas, súkkulaði og smjör blandað saman við. Hellið blöndunni í tilbúnar form og bakið í 12 til 15 mínútur, eða þar til hún er tilbúin.

Undirbúa fyllingu:

d) Mýkið gelatínið í vatni í nokkrar mínútur og eldið við vægan eld þar til gelatínið er uppleyst. Látið kólna. Þeytið rjóma þar til hann er stífur og þeytið soðnu gelatíni og sælgætissykri út í. Setjið ¾ bolla til hliðar fyrir pípur. Bætið ananas og súkkulaði saman við þeytta rjómann sem eftir er; setja til hliðar.

e) Blandið hráefninu fyrir kirschblönduna í bolla og hellið ríkulega ofan á kökuna.

Til að setja saman Torte:

f) Setjið skorpu á fat. Smyrjið þunnt með mousse fyllingu og toppið með kökulagi. Endurtaktu aðferðina þar til kakan er sett saman. Frost hliðar og toppið með því sem eftir er af mousse frosting. Notaðu ¾ bolla af þeyttum rjóma sem eftir er til að slípa kantana og skreytið með rifnu súkkulaði.

47. Fersk fíkjumús

Gerir: 1 mousse

Hráefni:
- 1½ bolli sykur
- 1 bolli; Vatn
- 1 matskeið Sterkt vanilluþykkni
- 1 Löng krulla af appelsínuberki
- 1 einn tommu stykki vanillustöng
- 6 Þroskaðar fíkjur eða
- 2 4 únsur. krukkur varðveittar fíkjur* eða-
- 8 aura pakkafíkjur**
- 1 matskeið gelatín
- ¼ bolli appelsínusafi
- 1½ bolli Creme bakkelsi
- 1 bolli Þungur rjómi
- 1 tsk Sterkt vanilluþykkni
- 3 eggjahvítur
- 1 klípa Salt
- 1 matskeið kornsykur
- Björt appelsína til að raspa

LEIÐBEININGAR:

a) Setjið sykur og vatn í pott; látið suðuna koma upp. Þegar blandan er að sjóða skaltu draga úr hita og bæta við 1 msk. vanillu, appelsínuberki og vanillustöng. Eldið í um það bil 10 mínútur þar til blandan verður sírópsmikil og þykk. Bætið heilu fíkjunum út í og steikið þær í um 25 mínútur eða þar til þær eru mjúkar. Flott.

b) *(Ef þú notar varðveittar fíkjur skaltu fjarlægja fíkjurnar og setja síróp, appelsínuberki, vanillustöng og vanillu í pott með 3 til 4 msk af vatni. Látið suðuna koma upp í 1 til 2 mínútur. Setjið fíkjurnar aftur í heitt hitastig. síróp; húðaðu þær vel með gljáa og kældu.) **(Ef notaðar eru þurrkaðar fíkjur í pakka, minnkaðu sykurinn í 1 bolla og vatnið í ¾ bolla. Þegar sykur-vatnsblandan

sem lýst er í 1. mgr. verður sírópskennd skaltu bæta fíkjunum út í og takið af hitanum.
c) Allar aðrar leiðbeiningar eru þær sömu.) Blandið matarlíminu saman við appelsínusafa í lítilli skál og setjið það yfir pönnu með vatni sem er ekki alveg kraumandi. Hrærið blönduna vel þar til gelatínið leysist alveg upp. Þegar vökvinn er nokkuð sírópkenndur og ekki lengur kornótt, bætið við kældu fíkjublönduna.
d) Fjarlægðu eina fíkju til lokaskreytingar síðar og settu svo hinn ávextina, appelsínubörkinn og sírópið í krukku blandara. Skerið vanillustöngina niður í miðjuna með beittum hníf og skafið fræin, af handahófi, ofan í blönduna. Blandið á miklum hraða í um það bil eina mínútu eða þar til blandan verður að þykkt hunangslitað mauk.
e) Í stórri blöndunarskál, blandaðu kældu fíkjumaukinu saman við rjómabakaðari.
f) Í kældri skál, þeytið þungan rjóma með 1 tsk. vanilludropar. Þeytið rjómann þar til hann heldur lögun sinni vel, en ekki of mikið.
g) Stráið eggjahvíturnar með smá salti og þeytið þær í fína froðu. Þegar mjúkir toppar myndast, stráið matskeið af strásykri yfir og þeytið þá hart þar til þeir halda lögun sinni.
h) Blandið fíkjublöndunni saman við þeytta rjómann, vinnið rjómanum varlega inn í vanlíðann með stórri gúmmískálsköfu. Brjótið eggjahvíturnar strax saman við.
i) Setjið í skál og kælið í um það bil 4 til 5 klukkustundir. Rétt áður en borið er fram, rífið börkinn af björtu appelsínugulu yfir allt yfirborðið. Skerið fráteknu fíkjuna í þunnar ræmur og hringið hliðum moussen með þeim.

48. Frosin graskersmús

Gerir: 6 skammta

Hráefni:
- ¾ bolli vatn
- ¾ bolli sykur
- 3 eggjahvítur
- 1 klípa rjóma af tartar
- 1½ bolli grasker, maukað og látið renna vel af
- 1 tsk graskersbökukrydd
- 2 matskeiðar romm
- 1 bolli þeyttur rjómi, þeyttur þar til stífir toppar myndast

LEIÐBEININGAR:

a) Í þungum potti, sjóðið vatn og sykur þar til sírópið er mjúkt kúlustig (238 gráður F á sælgætishitamæli).

b) Meðan sírópið er að sjóða, notaðu rafmagnshrærivél, þeytið eggjahvítur með klípu af vínsteinsrjóma þar til stífir toppar myndast. Með hrærivélinni í gangi, hellið heitu sykursírópi í eggjahvítur í jöfnum, þunnum straumi. Haltu áfram að þeyta þar til blandan er alveg köld (þetta getur tekið meira en 10 mínútur). Brjótið grasker og bökukrydd saman við.

c) Þeytið rommi út í þeyttan rjóma og blandið graskersblöndunni saman við. Breyttu mousse í souffle fat sem hefur verið búið pappírskraga; frysta að minnsta kosti 4 klst.

d) Taktu mousse úr frystinum og settu í kæli um 30 mínútur áður en hún er borin fram. Skeið í eftirréttarétti og berið fram með engiferkökum.

49. Skinkumús

Gerir: 6 skammta

Hráefni:
- 2 matskeiðar óbragðbætt gelatín
- 1 bolli grænmetis- eða kjúklingakraftur
- 1 bolli þeyttur rjómi; þeyttur
- 1¼ bolli skinka; hægelduðum
- 1 tsk Tilbúin piparrót
- 1 tsk Dijon-stíl sinnep
- ½ tsk hvítur pipar
- ¼ bolli Madeira
- Harðsoðin egg til skrauts

LEIÐBEININGAR:
a) Mýkið gelatínið í soðinu í potti. Setjið yfir meðalhita og látið suðuna koma upp, hrærið af og til. Takið af hitanum og látið kólna að stofuhita.
b) Settu þeytta rjómann inn í kæli. Hellið ¼ bolla af gelatínblöndunni í 4 bolla kælt mót og setjið það í frysti þar til það er stíft, um það bil 5 mínútur.
c) Á meðan skaltu setja skinkuna, piparrót, sinnep, pipar, madeira og ¾ bolla matarlímskraft í matvinnsluvél og vinna þar til það er fínt.
d) Skafið í vinnuskál. Blandið þeyttum rjómanum saman við.
e) Hellið blöndunni í tilbúið mót. Kældu að minnsta kosti 4 klukkustundum áður en það er tekið úr mótun. Skreytið með fjórðu af harðsoðnum eggjum áður en það er borið fram.

50. Guava mousse

Gerir: 6 skammta

Hráefni:
- 1 bolli Ferskt guava mauk
- 1 bolli gufuð mjólk
- ¾ bolli sykur eða hunang
- 1 matskeið sítrónusafi

LEIÐBEININGAR:

a) Til að búa til mauk, skera guavas í tvennt, ausa kvoða út og renna í gegnum sigti.
b) Kældu uppgufna mjólk með því að setja hana í frysti í stuttan tíma.
c) Hellið í kælda skál og þeytið þar til það þykknar. Bætið sykri eða hunangi og sítrónusafa í maukið og blandið þar til sykurinn leysist upp.
d) Blandið þeyttri mjólk saman við guavablönduna og hellið í frystibakka. Frystið í 4-6 klst.

51. Gateau de mousse a la nektarínu

Gerir: 1 skammt

Hráefni:
NEKTARÍNUMÚS:
- 1½ pund nektarínur
- ½ bolli Sykur
- 5 tsk óbragðbætt gelatín
- ¼ bolli sítrónusafi
- ¼ bolli ferskjusnaps
- 1½ bolli Þungur rjómi, vel kældur
- Genoise kaka

FERSKUSÍRÓP:
- ¼ bolli sykur
- ⅓ bolli Peach snaps
- Ferskja gljáa:
- 1¼ tsk óbragðbætt gelatín
- ¾ bolli ferskjukonur eða sulta
- 3 matskeiðar ferskjusnaps

LEIÐBEININGAR:
a) Haldið, holið og saxið nektarínur og blandið þeim saman við sykur og ½ bolla af vatni í þungum potti. Látið suðuna koma upp, hrærið og eldið við hæga suðu, hrærið af og til í 15 mínútur. Maukið blönduna í matvinnsluvél og þrýstið henni í gegnum fínt sigti í stóra skál og þrýstið harkalega á fast efni.
b) Í litlum potti, stráið gelatíni yfir sítrónusafann og snapsið, látið það mýkjast í 5 mínútur, hitið síðan blönduna við vægan hita, hrærið, þar til gelatínið hefur leyst upp. Hrærið gelatíni í nektarínmauki og blandið blöndunni vel saman. Látið það kólna niður í stofuhita.
c) Þeytið rjómann í kældri skál þar til hann heldur mjúkum formum, (ekki eins stífur og mjúkir toppar) og blandið því saman við nektarínublönduna.
d) Skerið Genoise og skerið það í þrjú lög, lárétt.

e) Ferskjusíróp: Blandið saman sykrinum og ¼ bolli af vatni í litlum potti. Látið suðuna koma upp, hrærið þar til sykurinn er uppleystur og hrærið snapsinu saman við. Látið sírópið kólna niður í stofuhita. Samsetning: Miðjið eitt lag í botninn á 9-½ tommu springformi og penslið með helmingnum af ferskjusírópinu. Hellið helmingnum af músinni yfir kökuna og toppið hana með öðru lagi af Genoise. Penslið með afganginum af ferskjusírópinu og hellið afganginum af músinni yfir kökuna, smellið á hliðina á pönnunni til að fjarlægja allar loftbólur og slétta yfirborðið. Kældu í 2 klukkustundir, eða þar til það er stíft.
f) Peach Glaze: Stráið gelatíni yfir 3 msk köldu vatni í lítilli skál og látið mýkjast í 5 mínútur. Í litlum potti, blandið saman soðinu og snapsinu, látið suðuna koma upp, hrærið og látið malla í 1 mínútu. Takið pönnuna af hitanum, bætið gelatínblöndunni út í, hrærið þar til gelatíníð er uppleyst og sigtið blönduna í gegnum fínt sigti í skál og þrýstið harðlega á fast efni.
g) Samsetning: Hellið öllu nema um það bil 2 msk af ferskjugljáa ofan á moussekökuna, hyljið hana alveg og kælið kökuna í 2 klukkustundir, eða þar til gljáinn hefur stífnað.
h) Á meðan kakan er að kólna, í matvinnsluvél, malaðu Genoise-lagið sem eftir er í fína mola. Ristið molana í hlauppönnu í forhituðum 350f ofni í 5-8 mínútur eða þar til þeir eru gullnir.
i) Áskilið.
j) Skerið helminginn af nektarínunni í þunnar sneiðar og raðið þeim skrautlega ofan á kökuna í hjólamynstri. Penslið afganginn af gljáanum yfir nektarínusneiðarnar og kælið kökuna, þakið, í 1 klukkustund, eða þar til nýlega setti gljáinn er stinn.
k) Hlaupaðu þunnum hníf í kringum brúnina á pönnunni og fjarlægðu hliðina á pönnunni. Vinnið yfir blað af vaxpappír, klæðið hliðar kökunnar með kökumumlum.
l) Látið kökuna standa við stofuhita í 20 mínútur áður en hún er borin fram.

52. Greipaldin mousse

Gerir: 6 skammta

Hráefni:
- 2 eggjarauður
- ⅓ bolli sykur
- 1 pakki Óbragðbætt gelatín
- 3 matskeiðar Gin
- 8 aura greipaldinsafi
- 1 tsk Rifinn greipaldinbörkur
- 1 bolli sýrður rjómi
- 2 bollar Þeyttur rjómi
- 3 matskeiðar Sykur
- 2 eggjahvítur
- 2 bollar fersk jarðarber í sneiðum
- Heil jarðarber til skrauts

LEIÐBEININGAR:

a) Þeytið eggjarauður og ⅓ bolla af sykri í ryðfríu stáli skál yfir heitu vatnsbaði eða efri helmingi tvöfalda ketilsins þar til þær verða ljósar og loftkenndar (um það bil 2 mínútur). Bætið gelatíni sem hefur verið mjúkt í gini við eggjablönduna og haldið áfram að þeyta í 2 mínútur í viðbót. Takið af hitanum og bætið við greipaldinsafa, börki og sýrðum rjóma. Blandið vandlega saman. Kælið í 10 mínútur. Þeytið á meðan rjóma með 3 msk sykri. Þeytið eggjahvítur þar til þær mynda þétta toppa.

b) Brjótið ½ af þeytta rjómanum (geymið ½ til skreytingar) í kælda gelatínblöndu. Blanda mun. Hrærið eggjahvítum saman við. Kælið í 4-6 klst. Berið fram í parfait glösum, til skiptis mousse með lögum af sneiðum jarðarberjum.

c) Toppið með afganginum af þeyttum rjóma og heilum jarðarberjum.

53. Ristað heslihnetumús

Gerir: 2 skammta

Hráefni:
- 2 eggjarauður
- 50 grömm sykur
- 25 grömm ósaltað smjör; bráðnað
- 2 matskeiðar Sterkt svart kaffi
- 100 grömm heslihnetur ristaðar og malaðar
- 100 grömm Creme fraiche

LEIÐBEININGAR:
a) Þeytið eggjarauðurnar þar til þær eru ljósar, bætið sykrinum út í og þeytið þar til blandan er orðin þykk.
b) Hrærið bræddu smjörinu út í og hrærið kaffinu og möluðu heslihnetunum saman við.
c) Þeytið creme fraiche og blandið saman við hnetublönduna varlega en vandlega. Slappaðu af

54. Hunang og lavender mousse

Gerir: 1 skammt

Hráefni:
- 3 eggjarauður
- 4 heil egg
- 2 matskeiðar rennandi hunang
- 3 matskeiðar Lavender sykur; (sjá aðferð)
- 5 oz vatn
- ½ pint Tvöfaldur rjómi
- ½ únsa grænmetis gelatín
- 1 sítróna; safi af
- 5 oz tvöfaldur rjómi til skrauts

LEIÐBEININGAR:
a) Til að búa til lavendersykur skaltu taka 3 hausa af ferskum lavenderblómum og 1oz flórsykri. Setjið þær í matvinnsluvél og þeytið. Látið vera í loftþéttu íláti í viku og sigtið síðan blómin út og notið. Þú getur skilið blómin eftir ef þú vilt.
b) Blandið eggjarauðunum og heilum eggjum saman í stórri skál. Hitið vatnið í potti og hellið hunangi og vatni út í svo þau leysist upp og myndar síróp.
c) Bætið þessu við eggin og setjið skálina yfir pott með sjóðandi vatni. Þeytið með rafmagnsþeytara þar til þykkt og mousse-líkt (þetta gæti tekið um 10 mínútur). Takið nú af hellunni og haldið áfram að þeyta þar til skálin er orðin köld.
d) Leysið gelatíníð upp í sítrónusafanum og bætið út í músina. Þeytið rjómann létt og bætið út í músina. Kremið ætti að vera í sama þéttleika.
e) Brjóttu þetta allt varlega saman. Settu síðan skálina á ís og hrærðu allan tímann.
f) Látið í kæliskápnum þegar það er stillt.
g) Þegar stíft er, þeytið hinum rjómanum og pípurósettunum ofan á moussen.
h) Skreytið með litlum rósaknappum og lavender.

55. Jamaíkósk mousse kaka

Gerir: 6 skammta

Hráefni:
- 6 aura Dökkt súkkulaði
- 3 matskeiðar Dökkt romm
- 1¼ bolli þungur rjómi
- 2 tsk Púðursykur
- 1 matskeið kaffi; svartheitt og sterkt
- 2 stórir bananar; skrældar og maukaðar þar til þær eru sléttar
- 3 egg; aðskilin
- Súkkulaði krullur, til skrauts

LEIÐBEININGAR:

a) Setjið súkkulaðið í skál og bræðið það yfir heitu vatni. Hrærið romminu og helmingnum af rjómanum út í súkkulaðið og þeytið vel þar til það er slétt.

b) Leysið sykurinn upp í kaffinu. Setjið maukuðu bananana í skál og hrærið kaffi og sykurblöndunni út í. Bætið eggjarauðunum út í bananablönduna og þeytið vel. Haltu áfram að þeyta og bætið allri súkkulaðiblöndunni saman við.

c) Þeytið eggjahvíturnar þar til þær mynda stífa toppa. Brjótið þeyttu eggjahvíturnar hratt en varlega saman við súkkulaði- og bananablönduna. Hellið blöndunni í létt smurt springform, klætt með bökunarpappír. Kældu í að minnsta kosti 2 klukkustundir, eða þar til það er alveg stíft og stíft.

d) Losaðu varlega hliðarnar á moussetertunni með heitum málmspaða og taktu hliðar formsins af. Renndu músinni varlega af botninum á forminu á framreiðsludisk. Þeytið afganginn af rjómanum þar til hann er orðinn þykkur og settu skrautrönd á moussetertuna. Stráið súkkulaðikrullu yfir og kælið vel áður en það er borið fram.

56. Kahlua mousse

Gerir: 4 skammta

Hráefni:
- 2 eggjarauður
- 2 matskeiðar Kahlua líkjör
- 3 aura hálfsætt súkkulaði
- ¼ bolli smjör
- 2 matskeiðar Kahlua líkjör
- 2 eggjahvítur
- 1½ tsk sykur
- 1 bolli þeyttur rjómi
- Skreytið - Myntulauf og - Myntu súkkulaðistangir

LEIÐBEININGAR:
a) Þeytið eggjarauður og 2 matskeiðar Kahlua efst á tvöföldum katli. Þeytið ¼ bolla af sykri út í og þeytið þar til það þykknar aðeins og liturinn verður ljósari.
b) Setjið pönnu yfir sjóðandi vatn. Eldið og hrærið þar til það þykknar, um það bil 10 mínútur.
c) Settu toppinn á tvöföldum katli í skál með köldu vatni. Þeytið þar til blandan er þykk, 3 til 4 mínútur.
d) Bræðið súkkulaði og smjör saman. Hrærið eftir 2 matskeiðar af Kahlua saman við. Bætið við eggjablöndu.
e) Þeytið eggjahvítur þar til mjúkir toppar myndast. Bætið afganginum af sykri út í. Þeytið þar til stífir toppar myndast. Bætið við súkkulaðiblönduna.
f) Þeytið þeyttan rjóma þar til hann er stífur. Blandið saman við súkkulaðiblönduna.
g) Skeið mousse í parfait glös eða eftirréttarbolla. Kælið 3 klst áður en borið er fram.

57. Blaðlauksmús

Gerir: 4 skammta

Hráefni:
- 500 grömm blaðlaukur; skorið í 2,5 cm (1 tommu) sneiðar (1 lb)
- 25 grömm fjölómettað smjörlíki; (1 únsa)
- 25 grömm venjulegt hveiti; (1 únsa)
- 4 egg; aðskilin
- Nýmalaður svartur pipar

LEIÐBEININGAR:
a) Forhitið ofninn í 400ØF.
b) Smyrjið 1¼ lítra (2 ¼ pint) djúpt eldfast mót eða fjórar ramekins.
c) Setjið blaðlaukinn í gufubát, málmsigi eða sigti yfir pott með sjóðandi vatni, lokið á og látið gufa í 10 mínútur eða þar til hann er meyr. Látið kólna í um 10 mínútur.
d) Bræðið smjörlíkið í potti og bætið hveitinu út í. Kryddið með miklum pipar og eldið í 2 mínútur. Færið yfir í stóra skál og látið kólna aðeins. Bætið blaðlauknum og eggjarauðunum saman við og blandið vel saman.
e) Þeytið eggjahvíturnar þar til þær eru stífar en ekki þurrar og blandið þeim síðan saman við blaðlauksblönduna. Hellið blöndunni varlega í tilbúna fatið eða ramekin og bakið í ofni í 20-25 mínútur, eða þar til hún hefur lyft sér og stífnað (15-20 mínútur fyrir ramekins).
f) Berið fram með salati, bökuðum kartöflum og stökku frönsku brauði.

58. Key lime mousse

Gerir: 6 skammta

Hráefni:
- 2 umslög óbragðbætt gelatín
- ¼ bolli kalt vatn
- 1 bolli sjóðandi vatn
- 1 bolli ferskur lime safi
- 1 msk Rifinn lime börkur
- ½ bolli Sykur
- 3 bollar fitulaus jógúrt ostur*

LEIÐBEININGAR:

a) Leysið gelatín upp í köldu vatni. Bætið við sjóðandi vatni og hrærið þar til það er uppleyst. Bætið límónusafa, börki og sykri út í.

b) Hrærið vel saman. Blandið jógúrt osti saman við þar til það er slétt (matvinnsluvél virkar vel). Hellið í djúpa 9 tommu bökuform, eða hellið í lítil einstök skammtastærð ílát. Kælið þar til það er stíft.

59. Sítrónu kirsuberja hnetumús

Gerir: 8 skammta

Hráefni:
- ½ bolli Heilar náttúrulegar möndlur
- 1 Umslag óbragðbætt gelatín
- 3 matskeiðar sítrónusafi
- 1 bolli kornsykur; skipt
- 1 dós (12 oz) uppgufuð mjólk
- 1 dós (21 oz) kirsuberjabökufylling og álegg
- 2 tsk Rifinn sítrónubörkur
- ¼ tsk möndluþykkni
- 4 eggjahvítur

LEIÐBEININGAR:
a) Dreifið möndlum í einu lagi á bökunarplötu. Bakið í ofni sem er hitaður í 350 gráður í 12-15 mínútur, hrærið af og til, þar til það er létt ristað. Kælið og saxið smátt.
b) Stráið gelatíni yfir 3 matskeiðar af vatni í litlum þungum potti. Látið standa í 2 mínútur þar til gelatín hefur gleypt vatn. Hrærið sítrónusafa og ½ bolli af sykri saman við; hrærið blönduna við lágan hita þar til gelatín og sykur hafa leyst upp alveg og vökvinn er tær.
c) Hellið uppgufðri mjólk í stóra blöndunarskál; hrærið kirsuberjafyllingu, sítrónuberki og möndluþykkni út í. Hrærið uppleystu gelatínblöndunni saman við og blandið vel saman.
d) Kælið þar til blandan er orðin þykk og búðingslík í samkvæmni.
e) Þeytið eggjahvítur þar til þær eru ljósar og froðukenndar. Bætið afganginum af sykri smám saman út í.
f) Haltu áfram að þeyta þar til stífur marengs myndast. Brjótið marengs saman við kirsuberjablönduna. Blandið söxuðum möndlum varlega saman við.
g) Skeið mousse í 8 skammtaskálar. Lokið og kælið að minnsta kosti 2 klukkustundir eða yfir nótt áður en borið er fram.

60. Sítrónusmjörsmús

Gerir: 12 skammta

Hráefni:
- ⅓ bolli ferskur sítrónusafi; PLÚS:
- 3 matskeiðar Ferskur sítrónusafi
- 1 tsk Fínt rifinn sítrónubörkur
- ¼ aura Óbragðbætt gelatín
- 1 bolli Þungur rjómi
- 6 egg; aðskilin, herbergishiti.
- ¼ tsk Salt
- 3 bollar Sigtaður konfektsykur
- ¼ pund ósaltað smjör; herbergishiti.

LEIÐBEININGAR:

a) Hrærið saman fyrsta magni sítrónusafa og sítrónuberki í lítilli hitaþolinni skál. Stráið gelatíninu yfir og setjið til hliðar til að mýkjast í 10 mínútur. Setjið skálina í pott með heitu vatni yfir lágum hita og hrærið til að gelatínið leysist upp. Takið af hitanum og látið kólna að stofuhita.

b) Þeytið rjóma í stórri skál þar til hann er aðeins stífur. Lokið og kælið þar til þarf.

c) Blandið eggjahvítum saman við saltið í djúpri skál. Þeytið þar til mjúkir toppar myndast. Bætið 1 bolla af sykri smám saman út í og þeytið þar til stífir toppar myndast.

d) Í annarri skál, þeytið smjörið þar til það er mjúkt og loftkennt. Bætið 1 bolla af sykri og þeytið þar til slétt er. Bætið einni í einu eggjarauðunum út í, til skiptis með uppleystu gelatíninu og hinum 1 bolla konfektsykri. Haltu áfram að þeyta þar til slétt.

e) Hrærið þriðjungi af eggjahvítunum saman við. Blandið því sem eftir er af eggjahvítunum hratt en varlega saman við.

f) Þeytið afganginn af sítrónusafanum út í þeytta rjómann og blandið í moussen. Skiptið í framreiðslurétt eða vínglös með stöngli, lokið á og geymið í kæli þar til það er kólnað og stíft, um það bil 3 klukkustundir.

61. Lemon curd mousse

Gerir: 2 skammta

Hráefni:
- ½ bolli Þungur rjómi
- ½ bolli Lemon curd, tilbúinn
- Fersk bláber, skoluð og þurrkuð
- Ferskar myntugreinar, til skrauts

LEIÐBEININGAR:

a) Þeytið þungan rjómann með kældum þeytara þar til hann er þykkur. Brjótið þeytta rjómann saman við sítrónukremið. Blandaðu annað hvort sítrónumúsinni út í bláber.

b) Eða lagðu mousse, fersk bláber og mousse í vínglasi; skreytið með ferskri myntu.

62. Sítrónu mousse baka

Gerir: 10 skammta

Hráefni:
- 1 kökuskorpa (9 tommur); bakað og kælt
- 1 Umslag óbragðbætt gelatín
- ½ bolli sítrónusafi
- ¼ bolli Vatn
- 1 tsk sítrónubörkur; rifið
- 8 dropar Gulur matarlitur
- 8 aura rjómaostur
- 1 bolli Púðursykur
- 2 bollar þeyttur rjómi; þeyttur
- FYLLING

LEIÐBEININGAR:

a) Sameina gelatín, sítrónusafa og vatn, hrærið við meðalhita þar til það er uppleyst. Hrærið hýði og matarlit saman við. Setja til hliðar. Blandið saman rjómaosti og sykri þar til það er slétt, bætið við gelatínblönduna. Kælið í 15 mínútur þar til það er þykkt. Blandið þeyttum rjóma saman við, hellið í bökubotn. Kælið í 1 klukkustund eða þar til það er stíft.

63. Sítrónu jarðarberjamousse kaka

Gerir: 1 skammt

Hráefni:
- 1 bolli alhliða hveiti 250 ml
- ⅓ bolli ristaðar heslihnetur eða pistasíuhnetur; smátt saxað
- 2 matskeiðar Kornsykur 25 ml
- ½ bolli ósaltað smjör; skorið í litla bita
- 1 eggjarauða 1
- 1 matskeið sítrónusafi 15 ml
- 2 únsur Heimabakað eða verslunarsvampkaka 60 g
- 4 bollar fersk jarðarber 1 l
- 1 Umslag óbragðbætt gelatín 1
- ¼ bolli kalt vatn 50 ml
- 4 eggjarauður 4
- ¾ bolli Kornsykur; skipt 175 ml
- ¾ bolli sítrónusafi 175 ml
- 1 msk Fínt rifinn sítrónubörkur 15 mL
- 4 aura Rjómaostur 125 g
- 1¾ bolli Þeyttur rjómi 425 ml
- Saxaðar ristaðar pistasíuhnetur
- Sigtaður flórsykur

LEIÐBEININGAR:
a) Forhitið ofninn í 375F/190C.
b) Til að búa til sætabrauð, blandaðu saman hveiti með hnetum og kornsykri í stórri skál. Skerið smjörið í þar til það er í smá bita.
c) Blandið eggjarauðu saman við sítrónusafa. Stráið hveitiblöndunni yfir og safnað deiginu saman í kúlu. Rúllaðu eða þrýstu til að passa botninn á 9 eða 10 tommu/23 eða 25 cm springformi.
d) Bakið í 20 til 25 mínútur, eða þar til þær eru ljósbrúnar. Brjótið kökuna í litla bita og stráið ofan á deigið.
e) Pantaðu átta af bestu jarðarberjunum fyrir toppinn. Hýðið af berin.

f) Skerið um tólf jafnstór ber í tvennt og raðið í kringum brún pönnu með afskorinni hlið berjanna þrýst að brúninni. Raðið berjunum sem eftir eru þannig að þær passi inní pönnuna með oddunum upp.
g) Til að búa til fyllinguna er gelatíni stráð yfir kalt vatn í litlum potti.
h) Látið mýkjast í 5 mínútur. Hitið varlega þar til það er leyst upp.
i) Í meðalstórum potti, þeytið 4 eggjarauður með ½ bolli/125 ml kornsykri þar til þær eru ljósar. Þeytið sítrónusafa og hýði út í. Eldið, hrærið stöðugt, þar til blandan þykknar og rétt er að suðuna. Hrærið uppleystu gelatíni saman við.
j) Flott.
k) Í stórri skál, þeytið rjómaost saman við ¼ bolli/50 ml af kornsykri sem eftir er. Þeytið kaldur sítrónukrem út í.
l) Þeytið þeyttan rjóma í sérstakri skál þar til hann er ljós. Brjótið saman við sítrónukrem.
m) Hellið yfir ber. Hristið pönnuna varlega svo sítrónublandan falli á milli berja og toppurinn er jafn. Kælið í 3 til 4 klukkustundir, eða þar til það er stíft. Keyrðu hnífinn um brún pönnunnar og fjarlægðu hliðarnar. Setjið kökuna á framreiðsludisk. (Fjarlægðu springformbotninn aðeins ef hann losnar auðveldlega.) Raðið 1 tommu/2½ cm ræmum af vaxpappír ofan á kökuna og skildu eftir bil á milli. Stráið rýmum með pistasíuhnetum. Fjarlægðu pappír varlega. Skildu skrokkinn eftir á fráteknum berjum og skera í tvennt. Raða berjum í raðir meðfram tómum ræmum. Stráið flórsykri yfir. Geymið í kæli þar til tilbúið er til framreiðslu.

64. Sítrónujógúrtmús

Gerir: 6 skammta

Hráefni:
- 1 bolli Fitulítil jógúrt
- 1½ tsk óbragðbætt gelatín
- 3 matskeiðar kalt vatn
- ¼ bolli sykur
- ½ bolli ferskur sítrónusafi
- Börkur af 1/2 sítrónu
- 1 stórt egg
- 1 stór eggjarauða
- 2 tsk appelsínulíkjör
- 4 stórar eggjahvítur
- 4 teskeiðar Vatn
- ¼ tsk Rjómi af vínsteini

LEIÐBEININGAR:

a) Setjið jógúrt í sigti klædda kaffisíu. Setjið yfir skál, lokið og kælið í 12 - 24 klukkustundir. Fargið vökvanum sem rennur úr jógúrt; þú ættir að hafa um það bil ½ bolla af tæmdri jógúrt eftir.

b) Stráið matarlíminu yfir kalt vatnið og látið standa í að minnsta kosti 5 mínútur.

c) Hakkaðu sítrónubörkinn með ¼ bolla af sykri þar til börkurinn er jafn fínn og sykurinn. Færið yfir í lítinn pott og bætið sítrónusafa, eggi og eggjarauðu saman við. Þeytið þar til slétt. Eldið við meðalhita, hrærið stöðugt í, þar til blandan þykknar nógu mikið til að hjúpa bakhlið tréskeiðar. Sigtið í skál og hrærið gelatínblöndu og appelsínulíkjör saman við. Kældu þar til blandan byrjar að þykkna og stífna en hefur ekki hlaupið að fullu.

d) Til að búa til öruggan marengs skaltu sameina eggjahvíturnar, vatnið, vínsteinsrjómann og ¼ bolla af sykri efst á tvöföldum katli. Eldið yfir sjóðandi vatni og þeytið stöðugt þar til blandan er r160j. Hellið strax í skálina með rafmagnshrærivél. Þeytið á miklum hraða, bætið afganginum af sykri smám saman við þar til hvíturnar eru soðnar, þykkar og gljáandi, um það bil 5 mínútur.

e) Þeytið jógúrt út í sítrónu- og eggjarauðublönduna og hrærið þar til það er slétt. Blandið þessari blöndu varlega í hvíturnar. Færið yfir í 6 einstaka skammtabikara og kælið í að minnsta kosti 2 klukkustundir áður en borið er fram. Látið standa við stofuhita í 5 - 10 mínútur áður en borið er fram til að ná fram sem mestu bragði.

65. Lime mousse baka

Gerir: 1 skammtur

Hráefni:
7 Lauf óbragðbætt gelatín
½ bolli Vatn
6 egg
5½ bolli ferskur þeyttur rjómi
1 englakaka;
1½ bolli sykur
2 matskeiðar Romm eða appelsínulíkjör
¾ bolli lime safi

LEIÐBEININGAR:
a) Klæðið springform með smjörpappír.
b) Setjið mjög þunnt lag af englakökunni eða einhverri annarri hvítri köku sem eftir er á pönnuna.
c) Stráið romminu eða líkjörnum yfir. Slappaðu af.
d) Leysið gelatíníð upp í vatninu.
e) Þeytið eggjarauður með helmingnum af sykrinum þar til sítrónu litar. Hrærið gelatíni og lime safa þeyttum saman við. Kældu á meðan þú undirbýr kremið.
f) Þeytið rjóma og bætið svo helmingnum af sykrinum saman við til að búa til Chantilly. Hrærið í lime gelatínblöndunni. Kældu 1 klst.
g) Þeytið eggjahvítur þar til þær mynda mjúka toppa. Blandið þeim hægt saman við limeblönduna.
h) Hellið blöndunni í tilbúna pönnu. Frysta.
i) Takið bökuna úr frysti inn í kæli 6 tímum áður en hún er borin fram eða látið standa við stofuhita 1 klst áður en hún er borin fram.

66. Macadamia romm mousse baka

Gerir: 4 skammta

Hráefni:
MAKADAMÍA KRUMLA SKORPA OG ÁLAG
- 1 bolli fínsaxað macadamia stykki
- 1¼ bolli óbleikt, alhliða hveiti
- ⅛ teskeið Salt
- ½ bolli Sykur
- ½ tsk kanill
- 1 Stöng ósaltað smjör, brætt og kælt

MACADAMIA ROMFYLLING:
- 1½ bolli Þungur rjómi
- ⅓ bolli Vatn
- 1½ umslag óbragðbætt gelatín
- 4 eggjarauður
- ⅓ bolli Dökkt romm
- ½ bolli Ljós púðursykur
- ½ bolli Saxaður, ristað macadamias
- 1 bolli þungur rjómi, til að klára,

LEIÐBEININGAR:
a) Hitið ofninn í 400 gráður.
b) Fyrir molaskorpuna: blandið hnetunum, hveiti, salti, sykri og kanil saman í blöndunarskál og hrærið til að blandast vel. Hrærið bræddu smjörinu saman við og haltu áfram að hræra þar til blandan hefur tekið í sig smjörið. Brjótið blönduna í jafna ½ til ¼ tommu mola, nuddið með fingurgómunum. Setjið helminginn af mylsnunni í 9 tommu Pyrex bökuform og þrýstið með fingurgómunum til að fóðra pönnuna jafnt. Setjið afganginn af molablöndunni í jafnt ½ tommu lag á kökuplötu. Bakið skorpuna og molana á miðri grind í ofninum í um það bil 20 mínútur, þar til þær eru stökkar og ljósgylltar á litinn. Kælið skorpuna og molana á grindur.
c) Fyrir mousse fyllinguna: Þeytið rjómann þar til hann heldur mjúkum toppum og setjið til hliðar í kæli. Stráið gelatíninu yfir

vatnið í lítilli, hitaþolinni skál. Látið liggja í bleyti í 5 mínútur, setjið síðan yfir litla pönnu með sjóðandi vatni til að bráðna á meðan fyllingin er útbúin.

d) Þegar gelatínið er bráðið, takið það af pönnunni og leyfið að kólna.
e) Í skál rafmagnshrærivélar, eða annarri hitaþolinni skál, þeytið eggjarauður. Þeytið romminu út í og síðan sykurinn. Setjið yfir pönnu með sjóðandi vatni og þeytið stöðugt þar til það þykknar, um það bil 3 mínútur. Ef eggjarauðublandan verður of heit getur hún hrökklast.
f) Takið skálina úr vatninu og þeytið með vél, á meðalhraða, þar til hún hefur kólnað niður í stofuhita. Hrærið uppleystu gelatíninu út í og blandið síðan þeyttum rjómanum og hnetunum saman við.
g) Hellið fyllingunni í kælda skelina og sléttið toppinn. Hyljið lauslega með plastfilmu og kælið þar til það er stíft í að minnsta kosti 6 klukkustundir.
h) Til að klára bökuna skaltu toppa með bakaðri mola. Eða þeytið valfrjálsan rjóma, smyrjið helmingnum á moussen og toppið með molanum. Settu síðan kant af rósettum af kreminu sem eftir er í kringum bökubrúnina með sætabrauðspoka með stjörnuröri.

67. Mangó tangó mousse

Gerir: 6 skammta

Hráefni:

- 2 stór þroskuð mangó; skrældar; sáð (3/4 pund hvert)
- 1 hvert umslag óbragðbætt gelatín (1 msk.)
- ½ hver sítróna (safi af)
- 1 bolli fitusnauð jógúrt
- 1 tsk vanilluþykkni
- ¼ bolli (plús 2 msk.) flórsykur
- 2 stórar eggjahvítur, við stofuhita

LEIÐBEININGAR:

a) Maukið mangó í matvinnsluvél eða blandara. Þú ættir að hafa um 1 bolla. Sigtið ef trefjakennt. Setja til hliðar.
b) Mýkið gelatínið í sítrónusafa í litlum potti.
c) Settu pönnu yfir mjög lágan hita og hrærðu í 2 mínútur þar til gelatínið er tært og uppleyst. Bætið við mangó mauki. Bætið við jógúrt og vanillu. Sigtið sykur í maukið og þeytið blönduna þar til hún er slétt.
d) Kælið, hrærið af og til, þar til blandan fer að þykkna.
e) Þeytið eggjahvítur þar til þær eru næstum stífar. Hrærið smá af eggjahvítunni út í mangóblönduna. Blandið afgangnum af hvítunum varlega saman við.
f) Hellið mousse í aðlaðandi framreiðsluskál eða 6 fallega glerdiska.
g) Kældu þar til það er stíft, að minnsta kosti 2 klst. Skreytið með ávöxtum ef vill.

68. Maple mousse

Gerir: 1 lotu

Hráefni:
- 1 Umslag venjulegt gelatín
- ¼ bolli kalt vatn
- 4 egg, aðskilin
- 1 bolli alvöru hlynsíróp
- ¼ tsk Rjómi af vínsteini
- 2 bollar af þeyttum rjóma

LEIÐBEININGAR:
a) Mýkið gelatínið í köldu vatni. Þeytið 4 eggjarauður þar til þær freyða. Bætið við hlynsírópi. Blandið vel saman. Bætið gelatíni við. Hellið í pott. Látið elda við mjög lágan hita, hrærið stöðugt í, í um 10 mín. (Ætti að vera frekar þykkt).
b) Flott. Þeytið eggjahvítur; bætið vínsteinsrjóma út í og þeytið þar til stífir toppar myndast. Blandið gelatínblöndunni, eggjahvítunum og þeyttum rjóma saman við.
c) Skeið í eftirréttarétti og berið fram. Má stráða hnetum yfir ef vill.

69. Hlynur valhnetumúsbaka

Gerir: 8 skammta

Hráefni:
- 3 egg, aðskilin
- ⅛ teskeið Salt
- ¾ bolli Hlynsíróp
- 2 bollar Kool svipa
- 1 bolli valhnetukjöt, saxað
- 2 matskeiðar hálfsætt súkkulaði, rakað
- 1 Súkkulaðimola bökuskel

LEIÐBEININGAR:

a) Þeytið eggjarauður þar til sítrónu litar. Bætið við salti og hlynsírópi. Eldið ofan á tvöföldum katli þar til eggjarauða blandan þykknar. Flott. Þeytið eggjahvítur þar til þær eru stífar. Blandið saman hlynblöndu, eggjahvítum og ⅔ af Kool Whip með því að brjóta saman. Brjótið ¾ bolla af hnetukjötinu saman við. Skafið í bakaða bökuskel. Hyljið með afganginum af þeyttu álegginu. Stráið afganginum af hnetukjöti og súkkulaðispæni yfir. Frystið í að minnsta kosti fjórar klukkustundir.

70. Mousse a l'orange

Gerir: 6 skammta

Hráefni:
4 rúbínrauðar appelsínur
75 grömm flórsykur; (3oz)
1 lime eða lítil sítróna; safi af
2 tsk Duftformað gelatín í bleyti í 2 matskeiðar af vatni
284 ml tvöfaldur rjómi; þeyttur (10 floz)
Fersk mynta og þeyttur rjómi til að skreyta

LEIÐBEININGAR:
a) Skerið appelsínurnar í tvennt, skafið holdið út og setjið í blandara eða matvinnsluvél. Bætið flórsykrinum og lime eða sítrónusafa út í og blandið þar til slétt.
b) Hitið gelatínið varlega þar til það leysist upp. Kælið aðeins.
c) Blandið kældu matarlíminu saman við appelsínupúrinn, og blandið rjómanum saman við.
d) Hellið í einstaka rétti og kælið þar til það er stíft.
e) Skreytið með ferskri myntu og rjóma.

71. <u>Ólífugarður hindberjamús ostakaka</u>

Gerir: 6 skammta
Hráefni:
HINDBERJAMÚS
- 1½ tsk gelatín
- 1½ matskeið kalt vatn
- ½ bolli hindberjakonur
- 2 matskeiðar Sykur
- 1 bolli Þungur þeyttur rjómi

FYLLING
- 1 pund rjómaostur; mjúkur
- ½ bolli Sykur
- 2 egg
- ½ tsk Vanilla
- 1 9 tommu súkkulaðimolaskorpa útbúin

LEIÐBEININGAR:

a) Forhitið ofninn í 325~. Blandið rjómaosti, sykri, eggjum og vanillu saman við rafmagnshrærivél á miðlungs hrærivél þar til það er vandlega blandað, um það bil 3 til 4 mínútur. Hellið í tilbúna skorpu. Setjið á bökunarplötu og bakið í 25 mínútur. Kældu í kælihita.

b) MOUSSE-Stráið gelatíni yfir kalt vatn, hrærið og látið standa í 1 mínútu.

c) Ör á HIGH í 30 sekúndur eða þar til gelatínið er alveg uppleyst. (Eða hitið á eldavélinni með 1 msk til viðbótar af vatni.) Blandið gelatíni saman við varðveita. Kældu í 10 mínútur. Rjómi-Þeytið rjóma þar til mjúkir toppar myndast. Bætið 2 msk sykri út í og þeytið áfram þar til stífir toppar myndast. Mælið 1-½ c af þeyttum rjóma fyrir mousse og setjið til hliðar.

d) Geymið afganginn af rjómanum í kæli fyrir álegg. Blandið hindberjablöndunni varlega saman við afmæltan þeyttan rjóma. Smyrjið hindberjamús ofan á kælda ostaköku, þeytið aðeins í miðjuna. Kælið 1 klukkustund áður en borið er fram. Til að bera fram, skerið ostaköku í 6 skammta og toppið hvern bita með ögn af þeyttum rjóma.

72. Ástríðuávaxtamús

Gerir: 8 skammta

Hráefni:
- 1 dós uppgufuð mjólk; kælt yfir nótt
- 8 gelatínblöð eða 1 1/2 pakki í duftformi, gelatín
- 2 bollar Passion ávaxtasafi
- 1½ bolli sykur
- ½ bolli Vatn

LEIÐBEININGAR:
a) Leysið matarlím upp í vatni Með rafmagnsþeytara, þeytið uppgufða mjólk þar til hún er stíf og froðukennd. Bætið sykri út í og þeytið í 1 mín. Hrærið gelatíni saman við. Hrærið safa út í. Setjið í olíuborið mót og kælið í að minnsta kosti 6 klst. Afmóta og bera fram með ástarsósu eða annarri ávaxtasósu sem þú vilt.

73. Ferskjumús

Gerir: 1 skammtur

Hráefni:
- 2 bollar ferskjur; ferskt - sneið
- ⅔ bolli sykur
- 3 dropar möndluþykkni
- 2 bollar rjómi; þeyttur

LEIÐBEININGAR:
a) Afhýðið og skerið ferskjurnar, hyljið með sykri, látið standa í eina klukkustund. Þvoið og látið renna í gegnum sigti. Blandið rjóma saman við, þeyttum þar til hann er stífur, bætið við möndlubragðefni. Hellið í bakka og frystið án þess að hræra.

74. Ananas appelsínumús

Gerir: 6 skammta

Hráefni:
- ¾ bolli appelsínusafi
- ¾ bolli ananassafi
- ⅓ bolli sykur
- Örfá korn salt
- 2 bollar gufuð mjólk
- 1 bolli mulinn ananas

LEIÐBEININGAR:
a) Blandið saman ávaxtasafa, ananas, sykri og salti. Hellið í mót.
b) Pakkaðu í ís og salti. Frjósa að hluta. Pakkaðu aftur.
c) Blandið stífþeyttri mjólkinni varlega saman við. Látið standa í 4 klst.

75. Pralín graskersmús

Gerir: 8 skammta

Hráefni:

- 1 bolli Köld mjólk
- 16 aura grasker
- 2 pakkningar (4 skammtastærðir hver) JELL-O Vanillubragð Instant Pudding
- 1¼ tsk graskersbökukrydd
- 2 bollar Þídd COOL WHIP þeytt álegg
- 2 matskeiðar Smjör eða smjörlíki
- ½ bolli saxaðar pekanhnetur eða valhnetur
- ⅓ bolli Þéttpakkaður púðursykur

LEIÐBEININGAR:

a) Hellið mjólk í stóra skál. Bætið við graskeri, búðingsblöndu og graskersbökukryddi. Þeytið með þeytara í 1 mínútu þar til það hefur blandast vel saman. (Blandan verður þykk.) Hrærið strax þeyttu álegginu saman við. Skeið í 8 eftirréttarglös.

b) KÆLIÐ í 4 klukkustundir eða þar til það er stíft.

c) Blandið saman smjöri, pekanhnetum og sykri í lítilli skál. Rétt áður en borið er fram skaltu strá pekanblöndunni yfir. Skreytið með þeyttu áleggi, möluðum kanil, ferskri myntu og rifsberjum. Geymið afganga af mousse í kæli.

76. Royal camembert mousse

Gerir: 6 skammta

Hráefni:
- ¼ bolli kalt vatn
- 1 matskeið óbragðbætt gelatín
- 2½ aura camembert ostur
- 3¾ aura Roquefort ostur
- 1 tsk Worcestershire sósa
- 1 egg aðskilið
- ½ bolli Þeyttur rjómi, þeyttur
- Steinselja til skrauts

LEIÐBEININGAR:

a) Mýkið gelatínið í vatni. Settu bollann í heitt vatn þar til hann er uppleystur. Blandið ostunum saman þar til þeir eru sléttir. Þeytið Worcestershire, eggjarauðu og síðan gelatín út í. Þeytið eggjahvítu þar til þær eru stífar. Brjótið með rjóma saman við ostablönduna. Hellið í 2 eða 3 bolla mót. Geymið í kæli yfir nótt.

b) Afformið og skreytið með steinselju

77. Mandarínumús og afbrigði

Gerir: 1 mousse

Hráefni:
- ¾ pund Til 1 pund mandarínur
- 3 matskeiðar kalt vatn
- 1½ tsk gelatín
- 3 egg
- ¼ bolli Auk 1 msk sykur
- 1 bolli þeyttur rjómi
- Sítrónusafi

LEIÐBEININGAR:
a) Þvoið mandarínur vel og rífið hýðina í fína strimla í skál. Safaðu mandarínurnar og síaðu ⅔ c af safa í sömu skálina og sparaðu aukasafa. Setjið kalt vatnið í litla pönnu og stráið matarlíminu út í. Þeytið eggin með sykrinum þar til þau ná smá toppi. Þeytið rjómann þar til hann myndar mjúka toppa. Leysið gelatínið upp við vægan hita.
b) Bætið safa- og hýðiblöndunni hægt út í gelatínið og hrærið stöðugt í.
c) Blandið rjómanum saman við eggja- og sykurblönduna. Hellið matarlíms-safablöndunni út í rjómablönduna og þeytið hressilega þar sem safinn fer í til að koma í veg fyrir að hann hlaupi áður en hann er vandlega blandaður. Það mun hafa tilhneigingu til að hlaupa og mynda litla kekki annars. Smakkið til og bætið við smá af afteknum safa eða smá sítrónusafa ef þú vilt meiri súrleika eða sterkara bragð. Kældu í nokkrar klukkustundir eða yfir nótt, þeytið af og til á fyrstu klukkustundinni til að koma í veg fyrir að það skilji sig. Berið fram í glasi, skreytt með nokkrum snefum af mandarínuberki, ásamt blúndukökum.

78. Ananasmús með ristaðri kókoshnetu

Gerir: 4 skammta

Hráefni:
- 1 ferskur ananas; skrældar, kjarnahreinsaðar, maukaðar
- ½ bolli Þungur rjómi
- 6 eggjarauður
- 1 matskeið maíssterkja
- ½ bolli Sykur
- ¼ bolli Vatn
- 6 eggjahvítur
- ¼ bolli Kókos, rifið
- 2 matskeiðar Púðursykur

LEIÐBEININGAR:

a) Setjið ananasmaukið og þungan rjómann í meðalstóran pott og hrærið saman. Hitið blönduna á miðlungs í 8 til 10 mínútur, eða þar til hún hefur minnkað í síróp. Haltu því heitt.
b) Setjið eggjarauður og maíssterkju í lítilli skál og þeytið saman. Bætið eggjarauðunum út í rjómablönduna. Á meðan þú þeytir stöðugt skaltu elda blönduna í 6 til 8 mínútur, eða þar til hún er eins og meðalstór þeyttur rjómi. Leggðu það til hliðar.
c) Setjið eggjahvíturnar í litla skál. Þeytið þær með rafmagnshrærivél á lágum hraða í 2 til 3 mínútur, eða þar til þær eru froðukenndar.
d) Kveiktu á rafmagnshrærivélinni og á meðan þú heldur áfram að þeyta eggjahvíturnar helltu sykur-vatnsblöndunni rólega niður skálina.
e) Haltu áfram að þeyta blönduna í 8 til 10 mínútur í viðbót, eða þar til marengsinn er mjög glansandi og botninn á blöndunarskálinni kaldur.
f) Bætið rjómablöndunni út í marengsinn og blandið honum varlega saman við.
g) Forhitið ofninn í 400øF. Setjið blönduna í hvern af 4 litlum souffle, réttum þannig að diskarnir séu hálffylltir. Bætið rifnum kókos saman við. Fylltu diskana með afganginum af blöndunni. Stráið flórsykrinum ofan á. Bakið moussen í 8 til 10 mínútur, eða þar til hún hefur stífnað. Taktu það úr ofninum.
h) Setjið mousse undir forhitaðan grill í 30 sekúndur, eða þar til sykurinn er karamellaður.

MÚSBOLLAR

79. Vanillu mousse bollar

Gerir: 6

HRÁEFNI:
- 8 aura blokk rjómaostur, mildaður
- 1/2 bolli sykurvara eins og Swerve
- 1 1/2 tsk vanilluþykkni
- Dapur af sjávarsalti
- 1/2 bolli þungur þeyttur rjómi
- Hindber, til að skreyta

LEIÐBEININGAR:
a) Bætið fyrstu fjórum hráefnunum í matvinnsluvél eða blandara.
b) Blandið þar til blandast saman.
c) Með blandarann í gangi, bætið þungum rjómanum hægt út í.
d) Haltu áfram að blanda þar til það þykknar, um 1-2 mínútur. Samkvæmni ætti að vera mousse-eins.
e) Útbúið bollaköku- eða muffinsform með 6 pappírsfóðrum og skiptið blöndunni í bollana.
f) Kældu í ísskáp þar til stíft og njóttu með toppi af hindberjum!

80. S'mores súkkulaðimús bollar

Gerir: 4 skammta

HRÁEFNI:
- 1 bolli graham cracker mola
- 2 eggjarauður
- ¼ bolli sykur
- ½ bolli þeyttur þungur rjómi
- ½ bolli súkkulaði
- ¾ bolli þeyttur þungur rjómi

LEIÐBEININGAR:

a) Þeytið eggjarauður í lítilli skál með hrærivél á miklum hraða í um það bil 3 mínútur eða þar til þær eru þykkar og sítrónulitaðar. Þeytið sykur smám saman út í.

b) Hitið ½ bolla af þeyttum rjóma í 2 lítra potti við miðlungshita þar til hann er heitur. Hrærið að minnsta kosti helmingnum af heita þeytta rjómanum smám saman út í eggjarauðublönduna; hrærið aftur í heitan rjómann í potti. Eldið við lágan hita í um það bil 3 mínútur, hrærið stöðugt í, þar til blandan þykknar.

c) Hrærið súkkulaðibitunum saman við þar til bráðnar. Lokið og setjið í kæli í um það bil 2 klukkustundir, hrærið af og til, bara þar til það er kalt.

d) Þeytið ¾ bolla af þeyttum rjóma í kældri meðalstórri skál með hrærivél á miklum hraða þar til hann er stífur. Blandið súkkulaðiblöndunni saman við þeyttan rjóma.

e) Hrærið eða skeiðið blönduna í afgreiðsluskálar. Geymið eftirréttinn strax í kæli eftir framreiðslu.

f) Toppið með marshmallow creme og risastórt marshmallow - ristað brauð.

81. Kaffi Mousse bollar

Gerir: 4

Hráefni
- 2 1/2 matskeiðar laxarsykur
- 4 egg
- 3/4 bolli + 2 matskeiðar Heavy Cream
- 3 matskeiðar Instant kaffiduft - eða espresso duft
- 1 matskeið ósykrað kakóduft - valfrjálst
- 1 tsk gelatínduft
- 1 msk instant kaffiduft og kakóduft, blandað - valfrjálst, til að klára moussen

LEIÐBEININGAR

a) Aðskiljið eggjarauður og hvítur. Setjið eggjarauður í stóra skál og hvíturnar í skálina með hrærivélinni. Setja til hliðar.
b) Setjið gelatínduftið í litla skál með köldu vatni, blandið saman og látið liggja í bleyti.
c) Bætið rjómasykrinum út í eggjarauðurnar og þeytið þar til froðukennt og ljósara á litinn.
d) Setjið þunga rjómann, instant kaffiduftið og kakóduftið í lítinn pott og hitið það upp á lágum hita þar til duftið hefur leyst upp, hrærið af og til. Ekki láta rjómann sjóða.
e) Hellið heitu Heavy Cream yfir eggjarauðuna og sykurinn á meðan þeytt er. Þeytið vel og setjið svo aftur í pottinn á lágum hita. Haltu áfram að þeyta þar til kremið byrjar að þykkna, taktu síðan beint af hitanum og færðu aftur í stóra, hreina skál.
f) Bætið endurvökvuðu gelatíninu út í rjómann og þeytið vel þar til það er alveg samofið. Setjið til hliðar til að kólna að fullu.
g) Á meðan kremið er að kólna skaltu byrja að þeyta eggjahvíturnar til að fá stífa toppa.
h) Þegar kremið er orðið kalt skaltu blanda þeyttum eggjahvítunum varlega saman við 3 til 4 sinnum. Reyndu að ofvinna ekki kremið.
i) Hellið kaffimúsinni í einstaka bolla eða krukkur og setjið í ísskáp til að harðna í að minnsta kosti 2 klukkustundir.
j) Valfrjálst: þegar þú ert tilbúinn til að bera fram, stráðu smá instant kaffidufti og kakódufti yfir moussen til að klára þær.

82. Saltaðar karamellu mousse bollar

Hráefni
STREUSEL
- 1/4 bolli alhliða hveiti
- 1/4 bolli möndlumjöl
- 1/4 bolli púðursykur
- 4 matskeiðar smjör

KARAMELLUMÚS
- 1 pakki rjómaostur, mildaður
- 1 tsk vanillu
- 1/3 bolli karamellur
- 1 pottur þeyttur rjómaálegg

TOPPING
- 3 matskeiðar þeyttur rjómaálegg
- karamellu

LEIÐBEININGAR
STREUSEL
a) Blandið saman hveiti, möndlumjöli, púðursykri og smjöri í skál. Notaðu fingurna til að blanda öllu saman þar til það er molnað. Dreifið á bökunarpappír eða álpappírsklædda ofnplötu og bakið þar til það byrjar að brúnast.

b) Kælið á vírgrind. Myljið blönduna með fingrum og skiptið á milli 3 lítil glös.

MÚS
c) Þeytið rjómaost og karamellu saman í standandi hrærivél. Bætið potti af Cool Whip og vanillu saman við og blandið þar til það hefur blandast saman. Setjið mousse í sprautupoka og pípið mousse í glösin ofan á streusel.

d) Geymið í kæli í 4-6 tíma eða yfir nótt.

e) Þegar það er tilbúið til framreiðslu, setjið 1 matskeið af karamellu ofan á hverju glasi og ögn af þeyttum rjóma.

83. Nutella Mousse bollar

Gerir: 3-4 skammta

Hráefni
- ½ bolli rjómaostur, mildaður
- ⅓ bolli Nutella
- ½ matskeið vanilluþykkni
- ⅔ bolli þungur rjómi
- 1 matskeið kornsykur
- 1 matskeið kakóduft, ósykrað

LEIÐBEININGAR

a) Notið handþeytara í stórri hrærivélarskál og þeytið rjómaostinn þar til hann verður ljós og loftkenndur.
b) Bætið Nutella og vanilluþykkni út í og haltu áfram að þeyta þar til allt er orðið slétt og að fullu blandað saman.
c) Þeytið rjómann í sérstakri minni blöndunarskál með handþeytara sem stilltur er á lágan-miðlungshraða þar til þú myndar mjúka toppa. Bætið sykrinum og kakóduftinu út í og stillið hrærivélina á hátt og haldið áfram að þeyta þar til stífum toppum er náð.
d) Blandið rjómablöndunni varlega saman við Nutella/rjómaostablönduna þar til hún hefur blandast að fullu saman án þess að rákir sjáist.
e) Flyttu mousse í einstaka stærðarbolla. Þú getur pípa þá til að auðvelda flutninginn. Á þessu stigi verður moussen mjög mjúk. Geymið í kæli í a.m.k. 2 klst til að leyfa moussen að stífna. Ef þú hefur tíma, láttu það liggja yfir nótt.
f) Berið fram sem það eða toppið músina með uppáhalds álegginu þínu eins og þeyttum rjóma og raksúkkulaði.

MOUSSE DOMES

84. Jarðarberjamús hvelfingar með sætabrauðskremi

Gerir: 12 skammta

Hráefni

HESINUNETU KÖKKUBASIN
- ½ bolli heslihnetumjöl
- 1 bolli alhliða hveiti
- 5 matskeiðar ósaltað smjör
- ⅓ bolli Púðursykur
- ½ tsk vanilluþykkni
- 1 matskeið Mjólk

VANILLU BAKAÐARKÚFUR
- 1 bolli nýmjólk
- ½ bolli þeyttur rjómi
- ½ bolli Sykur
- 2 matskeiðar maíssterkju
- ½ tsk vanillubaunamauk

JARÐARBERJAMÚS
- 1 pund jarðarber
- 1 matskeið sítrónusafi
- ¼ bolli sykur
- 1 matskeið Agar-agar
- 4 matskeiðar Vatn
- 1 bolli Þungur rjómi
- 2 matskeiðar Púðursykur

JARÐARBER COULIS
- ½ bolli jarðarber
- 1 matskeið Vatn
- 4 matskeiðar Sykur
- 1 tsk maíssterkja

LEIÐBEININGAR
HNETUSKökuskorpu

a) Í skálinni á hrærivél með rófafestingunni, rjómasmjör og sykur þar til það er létt og loftkennt. Bætið vanilluþykkni út í, síðan heslihnetumjölinu og hveiti - blandið vel saman. bætið matskeið af mjólk út í bara nógu mikið til að gera kúlu. Pakkið inn í plastfilmu og kælið í 30 mínútur eða þar til það er nógu stíft til að rúlla

b) Rúllaðu deiginu í ¼ tommu þykka lak á létt hveitistráðu yfirborði. Skerið botninn fyrir hvelfingarnar með því að nota kökuform í sömu stærð og mótið þitt.

c) Forhitið ofninn í 350 °F.

d) Setjið á bökunarpappírsklædda ofnplötu. Bakið í forhituðum ofni í 8 til 10 mínútur þar til þær eru létt gylltar. Færið yfir á kæligrindi til að kólna alveg.

VANILLU BAKAÐARKÚFUR

a) Blandið saman mjólk, rjóma, sykri og maíssterkju í þykkbotna potti. Eldið á miðlungshita þar til mjólkin nær næstum suðu. Lækkið hitann í lágan og haltu áfram að hræra þar til blandan er orðin þykk og hjúpar bakhlið tréskeiðar. Bætið vanillustöngum eða vanilluþykkni út í og takið það af hitanum.

b) Notaðu litla 1 ½ tommu hálfhring sílikon hvelfingu. Á meðan það er enn heitt hellið sætabrauðskreminu í hvelfingarnar á sílikonformunum. Sléttið toppinn, setjið plastfilmu yfir og setjið í frysti í að minnsta kosti 3 klukkustundir eða þar til það er stíft.

FYRIR JARÐARBERJAMÚSINN

a) Blandið agar-agarnum saman við 4 matskeiðar af vatni. Látið liggja í bleyti í 3 mínútur og hitið síðan í örbylgjuofni í 30 til 40 sekúndur þar til það er alveg uppleyst. Látið kólna aðeins

b) Leggið matarlímið í bleyti í vatni í örbylgjuofnþolinni skál í 2 mínútur. Hitið síðan í örbylgjuofni í 30 sekúndur til mínútu þar til það er uppleyst.

c) Hrærið jarðarberin saman við sítrónusafa í matvinnsluvél þar til þau eru slétt. Sigtið í gegnum sigti eða möskva. Bætið síðan sykrinum út í og blandið vel saman.

d) Bætið bræddum agar-agar út í jarðarberjamaukið. Besta leiðin til að gera þetta er að bæta nokkrum matskeiðum af jarðarberjamauki við agar-agarinn. Settu síðan þetta tvennt saman.
e) Í skál hrærivélar með þeytara - þeytið þungan rjómann með flórsykri þar til hann er stífur.
f) Blandið síðan þeyttum rjómanum og jarðarberjablöndunni varlega saman. Þetta er jarðarberjamúsin þín tilbúin
g) Notaðu stórt 3 tommu kúptu sílikonmót. Fylltu það hálfa leið með mousse, settu síðan frosna sætabrauðsrjómahvolfið sem við bjuggum til áðan. Hristu pönnuna til að fjarlægja loftvasa og notaðu fingur til að láta hvelfinguna sökkva aðeins inn. Toppið með meiri jarðarberjamús. Notaðu spaða til að jafna toppinn og skafa allt umfram.
h) Sett í frysti í um það bil 2 til 3 klukkustundir eða þar til það er stíft

FYRIR COULIS
a) Hrærið jarðarberin saman í matvinnsluvél þar til þau eru slétt.
b) Bætið vatni, maíssterkju, sykri og jarðarberjamauki í pott. Eldið á lágu þar til blandan er orðin þykk og hálfgagnsær.
c) Sigtið aftur í gegnum sigti og látið kólna að stofuhita.

SAMSETNINGU
a) Þegar jarðarberjamúskúlurnar eru orðnar stífar, hvolfið sílikonformunum og takið þau úr forminu.
b) Settu hverja hvelfingu á tilbúna heslihnetukökuskorpu.
c) Toppið með teskeið af þykkum jarðarberjacoulis ef þú hefur notað hvelfingu með holóttri miðju. Skreytið með myntublaði og jarðarberjasneið. Ég nota sykurblóm.
d) Látið þiðna í ísskápnum í klukkutíma áður en þið berið fram svo moussen verði mjúk ekki frosin.
e) Njóttu!

85. Appelsínu súkkulaðimús hvelfingar

Gerir: 8 skammta

Hráefni
APPELSINS CREMEUX
- 1/3 bolli appelsínusafi
- 1 tsk appelsínubörkur
- 1 matskeið sykur
- 2 matskeiðar rjómi
- 1 eggjarauða
- 1/2 tsk gelatínduft
- 1 matskeið appelsínusafi
- Niðursoðinn appelsínubörkur, saxaður

APPELSÍNUR GÓÐUR
- 3 egg
- 1/3 bolli sykur
- 3/4 bolli alhliða hveiti
- 1 ½ msk smjör, brætt
- 1 tsk appelsínubörkur

FYRIR AÐ LEGA GJÖFINN
- 2 matskeiðar appelsínulíkjör

SÚKKULAÐIBÚÐINGUR
- 5,5 aura hálfsætt súkkulaði
- 1/2 bolli þeyttur rjómi
- 2/3 bolli þeyttur rjómi, kældur
- 1 tsk gelatínduft
- 1 matskeið kalt vatn

SPEGELGLJÁR
- 6 aura hvítt súkkulaði, litlar bitar
- 1/3 bolli vatn
- 3/4 bolli sykur
- 31/2 aura sykruð þétt mjólk
- 1 tsk vanilluþykkni
- 1 matskeið gelatínduft
- 1/4 bolli kalt vatn
- Hvítur og appelsínugulur matarlitur fyrir litaðan spegilgljáa

LEIÐBEININGAR
UNDIRBÚÐU APPELSINS CREMEUX.
a) Blandið eggjarauðunni saman við sykur í skál þar til hún er kremkennd og ljósgul.
b) Setjið matarlímið og 1 msk appelsínusafa í litla skál og látið bólgna í 5-10 mínútur.
c) Látið suðuna koma upp í litlum potti, appelsínusafann, appelsínubörkinn og þungan rjómann. Takið af hitanum og hellið fjórðungi af soðnu blöndunni í eggjarauðuna, til að milda, hrærið stöðugt.
d) Hellið eggjarauðublöndunni í soðna appelsínublönduna sem eftir er, hitið aftur og haltu áfram að elda þar til rétt byrjar að þykkna, ekki ofelda.
e) Takið af hellunni og hrærið blómstrandi gelatíninu saman við. Setjið lítil cake pop sílikon form á bökunarplötu og hellið blöndunni. Bætið sykruðum appelsínuberki ofan á hvern og frysti þar til hann er tilbúinn til notkunar.

UNDIRBÚÐU APPELSÍNU GJÖF.
a) Forhitið ofninn í 350F.
b) Smyrjið 9×13 tommu form og klæðið með smjörpappír.
c) Bætið eggjum og sykri í hitaþolna skál. Blandið til að blanda saman. Setjið yfir pönnu með sjóðandi vatni og haltu áfram að blanda í um 7-8 mínútur þar til það er þykkt og þrefaldast að rúmmáli. Gætið þess að elda ekki eggin, hitastig blöndunnar ætti ekki að verða hærra en 122F.
d) Taktu af hitanum og haltu áfram að blanda þar til það kólnar aðeins. Blandið appelsínuberki saman við.
e) Blandið sigtuðu hveiti og bræddu smjöri smám saman út í.
f) Hellið deiginu í tilbúið form og bakið í um það bil 10 mínútur þar til hann er gullinn og tannstöngull sem stungið er í miðjuna á kökunni kemur hreinn út.
g) Takið úr ofninum, látið kólna á pönnunni í 5 mínútur og setjið yfir á kæligrind til að kólna alveg.

ÚRBIÐU SÚKKULAÐI MÚS.
a) Bætið hálfsætu súkkulaðinu og 1/2 bolli af þeyttum rjóma í hitaþolna skál. Setjið skálina yfir pott með sjóðandi vatni, við vægan hita, þar til allt súkkulaðið er bráðið. Leysið gelatínið upp í köldu vatni á meðan og látið bólgna í um það bil 5 til 10 mínútur. Bætið blómstrandi gelatíni yfir brædda súkkulaðið og hrærið svo það leysist upp. Látið súkkulaðiblönduna kólna alveg við stofuhita.
b) Þeytið afganginn af 2/3 bolla af kældum þeyttum rjóma þar til stífir toppar myndast. Bætið bræddu súkkulaðiblöndunni út í og blandið þar til vel blandað saman.
c) Samsetning kúpla.
d) Skerið genoise kökuna í 2,7 tommu diska. Penslið hvern með appelsínulíkjör eða einfaldlega sykursírópi.
e) Setjið 2,7 tommu hálfhring sílikonform á bökunarplötu og notið súkkulaðimús með ½ tommu sléttum þjórfé í botn formanna og notaðu skeið til að dreifa mousse á allar hliðar mótanna.
f) Bætið við meira súkkulaðimús allt að helmingi mótsins.
g) Bætið appelsínu Cremieux ofan á hvern og pípu súkkulaðimús utan um.
h) Toppið með líkjörsvöktum genoise diskum og frystið yfir nótt.

UNDIRBÚIÐ SPEGIGLJÁR.
a) Setjið matarlímið og 1/4 bolla af köldu vatni í lítilli skál og látið bólgna í 5-10 mínútur.
b) Setjið súkkulaðið í skál og setjið til hliðar.
c) Setjið vatn, sykur og þétta mjólk í pott. Látið suðuna koma upp og takið af hitanum. Hrærið blómstrandi gelatíninu saman við þar til það er uppleyst.
d) Hellið heitu blöndunni yfir súkkulaði. Látið standa í um það bil 5 mínútur þar til súkkulaðið er bráðið.
e) Notaðu blöndunartæki og blandaðu þar til slétt. Bætið vanilluþykkni og hvítum matarlit út í. Sigtið gljáann. Hellið um ½ bolla af gljáa í litla skál. Bætið appelsínugulum matarlit út í og blandið saman. Bætið appelsínugulan gljáa við hvítan gljáa og hrærið aðeins til að skapa marmaraáhrif.

f) Látið gljáann kólna í 90-95F áður en hellt er yfir frosnu hvelfingarnar.
g) Fjarlægðu hvelfingarnar úr formunum og settu yfir grind sem sett er á bökunarpappírsklædda ofnplötu.
h) Hellið marmaragljáanum yfir hvelfingarnar, flytjið hvelfingarnar varlega á framreiðsludisk og kælið í um 1-2 klukkustundir.
i) Skreyttu botninn á hverri með söxuðu hvítu súkkulaði og geymdu í kæli þar til þau eru tilbúin til framreiðslu.

86. Panna Cotta og Mango Mousse hvelfingar

Gerir: 6-7 hvelfingar

Hráefni
PANNA COTTA
- 150 g þeyttur rjómi
- 50 g mjólk
- 33 g kornsykur
- 2 tsk af vanillubaunamauki
- 2g lauf gelatín

MANGO teningur
- 1 mangókjöt skorið í bita
- 100 g mangómauk
- 2g lauf gelatín
- 25 g kornsykur

MANGÓ MÚS
- 150 g mangómauk
- 4g lauf gelatín
- 10 g kornsykur
- 120g þeyttur rjómi

MANGÓ GLJÁR
- 1 teskeið af sítrónusafa
- 100 g mangómauk
- 4g lauf gelatín
- 2 teskeiðar af strásykri

LEIÐBEININGAR:
FYRIR PANNA COTTA
a) Látið suðuna koma upp þeyttum rjóma, mjólk, sykri og vanillubaunamauki.
b) Takið af hitanum, bætið við og hrærið mýkt gelatín þar til það er uppleyst.
c) Látið kólna. Hellið blöndunni í gegnum sigti í lítil glös eða mót.
d) Kældu í ísskáp þar til það er stíft.

FYRIR MANGÓKENGINA
a) Skerið mangó í litla teninga.

b) Sjóðið helminginn af mangómaukinu með sykrinum þar til sykurinn er uppleystur.
c) Takið af hitanum, bætið við og hrærið mýkt gelatín þar til það er uppleyst.
d) Blandið hinum helmingnum af mangómauki og mangó teningum saman við.
e) Setjið mangó teninga ofan á panna cotta.
f) Kældu í ísskáp þar til það er stíft.

FYRIR MANGÓ MÚSINN

a) Sjóðið helminginn af mangómaukinu með sykrinum þar til sykurinn er uppleystur.
b) Takið af hitanum, bætið við og hrærið mýkt gelatín þar til það er uppleyst.
c) Blandið hinum helmingnum af mangómaukinu saman við.
d) Bætið þeyttum rjóma út í og hrærið vel saman við ljósgula mangómús.
e) Skeið ofan á mangó teningana.
f) Kældu í ísskáp þar til það er stíft.

FYRIR MANGÓGLÍAN

a) Sjóðið helminginn af mangómaukinu með sykrinum þar til sykurinn er uppleystur.
b) Takið af hitanum, bætið við og hrærið mýkt gelatín þar til það er uppleyst.
c) Blandið hinum helmingnum af mangómaukinu og sítrónusafanum saman við.
d) Látið kólna. Á meðan afformaðu panna cotta og mangómúsina.
e) Hellið mangógljáanum yfir. [Vinsamlegast skoðaðu eldri færsluna mína til að sjá brellu]
f) Kældu í ísskáp þar til það er stíft. Skreyttu og njóttu.

87. Mini Blueberry Mousse Dome með Mirror Glaze

Gerir: 15 kökur

Hráefni:
FYRIR BLÁBERJA GELÉE:
- 1 1/2 bollar bláber
- 1/4 bolli kornsykur, skipt
- 3 tsk sítrónusafi, skipt
- 1 1/2 blöð lauf gelatín
- 2 matskeiðar vatn, auk meira fyrir blómstrandi gelatín

FYRIR KÖKU:
- 2 stór egg, aðskilin, við stofuhita
- 1/4 bolli kornsykur, skipt
- 1 matskeið mjólk
- 1/4 tsk möndluþykkni
- 1/4 bolli auk 2 matskeiðar kökuhveiti
- 2 matskeiðar möndlumjöl
- 1/4 tsk fínt sjávarsalt

FYRIR MOUSSE:
- 3 blöð lauf gelatín
- 1/2 bolli bláberjamauk
- 1/2 bolli mascarpone ostur, við stofuhita
- 1/4 bolli kornsykur
- 3/4 bolli þeyttur rjómi
- 1/2 tsk vanilluþykkni
- 1/4 tsk möndluþykkni
- klípa fínt sjávarsalt

FYRIR SPEILGLJÁR:
- 6 blöð lauf gelatín
- 1 bolli sykur
- 2/3 bolli maíssíróp eða glúkósasíróp
- 1/2 bolli vatn
- 1/2 bolli sykruð þétt mjólk
- 7 aura gott hvítt súkkulaði, smátt saxað

LEIÐBEININGAR:

TIL AÐ GERA Bláberjamaukið OG GEléið:
a) Blandið bláberjum, 2 msk sykri og 1 1/2 tsk sítrónusafa saman í litlum potti.
b) Látið suðuna koma upp við miðlungshita, kremjið berin aðeins um leið og þið hrærið, þar til bláberin eru mjúk og sprungin.
c) Færið í blandara eða matvinnsluvél og maukið þar til það er alveg slétt.
d) Mælið 1/2 bolla af mauki og setjið aftur í pott. Setjið afganginn í krukku eða loftþétt ílát og geymið í kæli til síðar.
e) Skerið gelatínblöð í 1 tommu ræmur og sökktu í köldu vatni í að minnsta kosti 5 mínútur til að mýkjast. Ef þú notar gelatínduft skaltu strá 1 1/2 tsk yfir 2 matskeiðar af köldu vatni.
f) Bætið hinum 2 msk sykri og 1 1/2 tsk sítrónusafa ásamt 2 msk vatni í pott með mauki. Hitið þar til það byrjar varla að kúla.
g) Fjarlægðu mýkt gelatín með höndum þínum, kreistu eins mikið vatn út og þú getur.
h) Bætið í pott með volgri bláberjablöndu og þeytið þar til það er alveg uppleyst.
i) Hellið bláberjablöndu í 1 tommu sílikon kúlumót. Að öðrum kosti er hægt að nota bökunarpappírsklædda köku eða bökunarform.
j) Klæðið með pergamenti og látið handföngin liggja yfir hliðunum til að auðvelda að fjarlægja fasta gelatínið. Þú munt skera 'mynt' af geléi úr þessum stærri bita, í stað þess að nota litlar hálfkúlur í kökurnar þínar.
k) Geymið í kæli yfir nótt þar til það er alveg stíft, takið síðan varlega úr mótunum.

TIL AÐ GERA SVAMPKökuna:
a) Forhitið ofninn í 350 gráður F. Line fjórðungur lak pönnu með álpappír eða kísill bakstur mottu; feiti eða smjörpappír.
b) Setjið eggjarauður í skál; Þeytið kröftuglega saman við 3 matskeiðar af sykri þar til það er orðið ljósara. Þeytið mjólk og möndluþykkni út í.
c) Sigtið kökumjölið og möndlumjölið út í; bætið salti saman við og blandið saman þar til það er bara blandað saman.

d) Þeytið eggjahvítur í hreinni skál þar til þær eru froðukenndar. Bætið 1 msk sykri sem eftir er út í og þeytið þar til hvítan nær miðlungs toppi. Brjótið 1/3 af hvítunum saman við deigblönduna til að létta, skafið svo deigblönduna í skálina með hvítunum, brjótið saman þar til það er bara blandað saman og engar hreinar hvítar rákir eru eftir.
e) Hellið deiginu í tilbúið plötuform, dreifið í þunnt, jafnt lag. Bakið í 9 til 11 mínútur eða þar til kakan er svampkennd viðkomu og varla farin að dökkna í kringum brúnirnar. Látið kólna alveg.

FYRIR Bláberjamúsina:

a) Skerið gelatín í 1 tommu ræmur og sökktu í köldu vatni til að mýkjast.
b) Á meðan, hitaðu frátekið 1/2 bolli bláberjamauk í potti við miðlungshita þar til það er aftur slétt.
c) Hreinsið vatn úr mýktu gelatíni og bætið við heitt bláberjamauk; þeytið þar til slétt. Setjið til hliðar og látið kólna niður í volgt.
d) Í skál, þeytið mascarpone við stofuhita með sykri, salti og útdrætti þar til það er slétt og deiglíkt. Bætið volgri bláberjablöndu út í og þeytið þar til það er slétt.
e) Þeytið þungan rjóma í hreinni skál eða skálina í hrærivélinni þar til hann hefur mjúka toppa. Bætið 1/3 af rjóma út í bláberjablönduna og blandið saman til að létta, bætið síðan allri bláberjablöndunni út í skálina með rjómanum og blandið saman þar til það hefur verið að fullu blandað saman.
f) Til að setja saman kökurnar þínar skaltu skeiða eða pípa moussen í sílikonform, ekki alveg full.
g) Þrýstu varlega gelée kúlu, bogaðri hlið niður, ofan í hvert moussefyllt mót. Skafið með offsetspaða til að toppurinn verði fullkomlega jafnur við toppinn á forminu. Skerið að lokum út umferðir af köku af nákvæmlega sömu stærð og botninn á formunum og þrýstið ofan á músina. Frystið að minnsta kosti 3 klukkustundir eða yfir nótt þar til það er alveg stíft.
h) Áður en þú gerir gljáann skaltu fjarlægja kökur úr mótum og setja á frosna kökupappír klædda bökunarpappír. Setjið aftur í frysti þar til rétt áður en glerið er.

FYRIR SPEILGLJÁR:

a) Skerið gelatín í 1 tommu ræmur og sökktu í köldu vatni í að minnsta kosti 5 mínútur til að mýkjast. Setjið hvítt súkkulaði í hitaþolna skál og setjið til hliðar.

b) Blandið saman sykri, maíssírópi og vatni í potti og látið sjóða við meðalhita þar til sykurinn er alveg uppleystur og blandan er tær.

c) Takið af hitanum, bætið síðan gelatíni út í og þeytið þar til það er uppleyst. Þeytið sykraða þétta mjólk út í.

d) Hellið heitri blöndu yfir saxað hvítt súkkulaði og látið standa í 30 sekúndur, hrærið síðan þar til súkkulaðið er alveg bráðið og blandan er slétt.

e) Látið gljáa kólna, hrærið stundum, þar til gljáa um það bil 95 gráður F á augnabliklesandi hitamæli. Gljáinn þarf að hafa rétt hitastig annars myndar hann ekki nógu þykkt lag utan á kökurnar.

f) Þegar gljáinn er orðinn 95-96 gráður skaltu bæta við dufti eða hlaupmatarlit eftir þörfum. Dekkri litir hafa tilhneigingu til að líta sérstaklega áberandi út með þessari gljáatækni.

g) Takið kökurnar úr frystinum og setjið þær á bökunarpappírsklædda kökuplötu, hækkuð af plötunni með því að nota litlar krukkur eða kökusneiðar.

h) Hellið gljáa ríkulega yfir kökurnar og gætið þess að engir blettir séu eftir. Leyfðu umfram gljáanum að leka af í 5 eða 10 mínútur, skafaðu síðan brúnirnar varlega til að fjarlægja alla dropa sem eftir eru.

i) Flyttu kökur varlega með því að nota lítinn offset spaða yfir á pappa kökuhringi eða litla bita af smjörpappír til að auðvelda flutning.

j) Afganga af gljáa má skafa upp og geyma í loftþéttu íláti til notkunar síðar.

88. Matcha Mousse Tart Dome

Gerir: 6 tertur plús

HRÁEFNI:
- 5 grömm af gelatínplötu, liggja í bleyti í köldu vatni
- 100 gr mjólk
- 7 grömm af matcha dufti
- 1 eggjarauða
- 1 eggjahvíta
- 60 gr flórsykur, skipt
- 100 grömm þeyttur rjómi

LEIÐBEININGAR:

a) Hellið mjólk í lítinn pott og bætið matcha duftinu út í, þeytið til að brjóta upp kekki. Snúðu hita í lágan og hitaðu blönduna, ekki sjóða.

b) Í lítilli skál, þeytið saman eggjarauða og 30 grömm af flórsykri þar til blandan er föl og loftkennd. Hellið heitu matcha-mjólkurblöndunni smám saman út í eggjarauðublönduna og blandið um leið og þú hellir til að koma í veg fyrir að hún steypist.

c) Hellið blöndunni aftur í pottinn og eldið við vægan hita þar til þú verður með þunnan vanilósa, um það bil 12 mínútur eða þar til hitinn hefur náð 85ºC.

d) Slökkvið á hitanum, kreistið umfram vatn af mýkt gelatíni og bætið út í heita vanlíðann, hrærið þar til gelatíníð er alveg uppleyst. Færið í hitaþolna skál og látið kólna niður í stofuhita.

e) Til að gera marengsinn: Þeytið saman eggjahvítu og 30 grömm af flórsykri í skál. Setjið skál ofan á pottinn með varla sjóðandi vatni, þeytið þar til sykurinn er alveg uppleystur.

f) Takið skálina af hellunni og þeytið blönduna með rafmagnsþeytara þar til stífir toppar myndast, setjið til hliðar.

g) Þeytið rjóma þar til mjúkir toppar myndast, setjið til hliðar.

h) Þegar matcha vanlíðan hefur kólnað er rjómanum bætt út í og hrært þar til það hefur blandast vel saman. Blandið marengsnum saman við og blandið vel saman.

i) Hellið blöndunni í 6 hola sílikonmót, skilið eftir pláss fyrir hlaupið. Kældu í ísskáp þar til það er stíft.

MÚSAKÖKUR OG TERTUR

89. Mint Chip Cheesecake Mousse

Gerir: 8

Hráefni
- 13 venjulegir Oreos, fínmuldir í matvinnsluvél
- 2 matskeiðar smjör, brætt
- 2 matskeiðar kalt vatn
- 1 1/2 tsk gelatínduft
- 1 1/2 bollar þungur rjómi
- Tveir 8 aura pakkar rjómaostur, mildaður
- Grænn og gulur matarlitur
- 1 tsk myntuþykkni
- 1/2 tsk piparmyntuþykkni
- 1 1/2 bollar flórsykur, skipt
- 31/2 únsa bar hálfsætt súkkulaði, smátt saxað
- Sætur þeyttur rjómi, myntulauf og smátt saxað súkkulaði til skrauts

LEIÐBEININGAR:
a) Hrærið saman í blöndunarskál mulið Oreos og smjör, skiptið blöndunni í 8 litla eftirréttsbolla og þrýstið varlega í jafnt lag.
b) Bætið vatni í litla skál og stráið gelatíni jafnt yfir, látið hvíla í 5 - 10 mínútur.
c) Á meðan, hellið þungum rjóma í meðalstóra blöndunarskál og þeytið þar til mjúkir toppar myndast. Bætið 1/4 bolla af flórsykrinum út í og þeytið þar til stífir toppar myndast, setjið til hliðar.
d) Bætið rjómaosti í sérstaka blöndunarskál og blandið með rafmagnshandþeytara þar til slétt og loftkennt, um það bil 2 mínútur. Bætið hinum 1 1/4 bollum af púðursykri saman við og blandið þar til það hefur blandast saman.
e) Bætið við myntu og piparmyntuþykkni og matarlit og blandið þar til það er blandað saman, setjið tll hliðar.
f) Hitið matarlímsblönduna í örbylgjuofni á miklum krafti í 30 sekúndur, fjarlægðu síðan og þeytið í 1 mínútu til að tryggja að hún leysist vel upp.

g) Látið kólna í 3 mínútur og hellið síðan gelatínblöndunni í rjómaostablönduna og blandið strax með handþeytara til að blanda saman.
h) Bætið þeyttum rjómablöndu og söxuðu súkkulaði saman við rjómaostablönduna og blandið aðeins saman þar til það hefur blandast jafnt saman.
i) Hellið blöndunni í lotum í pípupoka og pípið mousse yfir Oreo skorpulagið. Kældu 3 klst.
j) Berið fram kældan og ef vill pípusættan þeyttan rjóma ofan á, skreytið með myntu og söxuðu súkkulaði.

90. Red Velvet Cheesecake Mousse

Gerir: 3

HRÁEFNI:
- 6 aura rjómaostur mýkt í blokk-stíl
- ½ bolli Heavy Cream
- 2 matskeiðar sýrður rjómi fullfita
- ⅓ bolli lágkolvetnaduft sætuefni
- 1 ½ tsk vanilluþykkni
- 1 ½ tsk kakóduft
- ½ tsk til 1 tsk náttúrulegur rauður matarlitur eftir því hvort þú vilt rauðan lit í stað bleiks
- Þeyttur þungur rjómi sættur með stevíu dropum
- Sykurlaus súkkulaðibita rifið ketó súkkulaði

LEIÐBEININGAR
a) Bætið mjúkum rjómaosti, þungum rjóma, sýrðum rjóma, sætuefni í duftformi og vanilluþykkni í stóra hrærivélaskál með rafmagnshandþeytara eða hrærivél.
b) 6 aura rjómaostur, ½ bolli þungur rjómi, ⅓ bolli lágkolvetnaduft sætuefni, 1 ½ tsk vanilluþykkni, 2 matskeiðar sýrður rjómi
c) Blandið á lágt í eina mínútu, síðan á miðlungs í nokkrar mínútur þar til það er þykkt, rjómakennt og blandað vel saman.
d) Bætið kakódufti út í og blandið á háu þar til blandast saman, skafið hliðina með gúmmíköfu til að blanda vel saman.
e) 1 ½ tsk kakóduft
f) Bætið rauðum matarlit út í og blandið þar til það er blandað saman eða eins og búðingur.
g) ½ tsk til 1 tsk af náttúrulegum rauðum matarlit
h) Skeið eða notaðu sætabrauðspoka til að setja mousse í lítið eftirréttarglas eða skál.
i) Skreytið með ögn af sykurlausum þeyttum rjóma og smá valfrjálst rifnu sykurlausu súkkulaði. Berið fram
j) Þeyttur þungur rjómi sættur með stevíudropum, sykurlausar súkkulaðibitar

91. Smá kakómús kökur

Hráefni:
SKORPU:
- 2 bollar fræ og/eða hnetur
- 1/2 bolli döðlur, holhreinsaðar og saxaðar
- 1/4 bolli kókosolía, brætt
- 1 klípa af salti

MOUSSE:
- 6-10 avókadó
- 1 1/4 bolli kakóduft
- 1 1/4 bolli hunang eða agave
- 2 dropar af piparmyntu ilmkjarnaolíu

LEIÐBEININGAR:
SKORPU:
a) Fínvinnið fræin og/eða hneturnar í matvinnsluvél með S blaðinu. Það er líka hægt að höggva í höndunum!
b) Blandið öllu hráefninu í skorpuna í skál og hnoðið þar til það verður klístrað og deigið.
c) Þrýstið í springform sem þekur botninn jafnt.

MOUSSE:
d) Setjið allt músarhráefnið í matvinnsluvélina með S blað og vinnið í um það bil fimm mínútur.
e) Gakktu úr skugga um að allt sé vel blandað og silkimjúkt.
f) Hellið músinni í formið og kælið í 8 klst.
g) Geymist vel í ísskáp í nokkra daga.

92. Músabollur

Gerir: 24 bollakökur

HRÁEFNI:
- 1 18,25 únsa súkkulaðikökublanda auk hráefna sem krafist er á kassanum
- 1/2 bolli olía
- 24 litlar kringlóttar súkkulaðimyntukökur, helmingaðar
- 1 12,6 aura poki kringlótt konfekthúðuð súkkulaði
- Þunnar strengir af svörtum lakkrís
- 24 skeiðar af súkkulaðiís

LEIÐBEININGAR:
a) Forhitið ofninn í 375°F. Klæðið muffinsform með pappírsformi.
b) Undirbúið deig og bakið samkvæmt leiðbeiningum um kökublöndu fyrir bollakökur með ólífuolíu.
c) Takið bollakökur úr ofninum og leyfið þeim að kólna alveg.
d) Fjarlægðu bollakökur úr pappírsbollum.
e) Notaðu helminga kringlóttar smákökur fyrir eyrun, sælgæti fyrir augu og nef, og lakkrís fyrir hárhúð, skreyttu bollakökur til að líkjast músum. Setjið á kökuplötu og frystið.

93. Jarðarberjahvít súkkulaðimústerta

Gerir: 8 skammta

HRÁEFNI:
BÆKUR:
- 1¾ bolli óbleikt hveiti
- ¼ bolli þétt pakkaður ljós púðursykur
- 2½ tsk appelsínubörkur, rifinn
- ⅛ teskeið Salt
- 1¾ Stafur ósaltað smjör
- 1½ matskeið ferskur appelsínusafi
- 1 eggjarauða
- 1 tsk vanilluþykkni
- 2 aura af hvítu súkkulaði

MOUSSE:
- 6 aura af hvítu súkkulaði
- ¼ bolli Heavy Cream
- 1 stór eggjahvíta
- 1 matskeið Sykur
- ½ bolli þeyttur rjómi, þeyttur
- 2 matskeiðar Grand Marnier
- 1 stór jarðarber, með stilkum
- 25 stór jarðarber, afhýdd
- ½ bolli Jarðarberjasulta

LEIÐBEININGAR:

a) Fyrir sætabrauðið: Blandið fyrstu 4 hráefnunum saman í skál. Bætið smjöri út í og skerið í blönduna þar til hún líkist fínu máltíð. Blandið appelsínusafa saman við eggjarauðu og vanillu. Bætið við nægri safablöndu til að þurrka innihaldsefnin til að mynda kúlu sem kemur saman.

b) Safnaðu deiginu í kúlu og flettu það út í um það bil 12 tommu hring.

c) Settu grindina í miðju ofnsins og hitaðu í 375 gráður.

d) Fletjið deigið út á milli plastfilmu í ⅛ tommu þykkt. Klipptu í 11 tommu hring.

e) Fjarlægðu plastfilmu af toppnum og hvolfið í 10 tommu kringlótt springform með lausan botn. Fjarlægðu plastfilmuna og þrýstu í botn- og upphliðar pönnu... krumpaðu efstu brúnirnar.
f) Frystið í 15 mínútur. Klæðið tertuskurnina með álpappír og bætið við bökuþyngd eða baunum.
g) Bakið þar til hliðarnar eru stífnar - um það bil 10 mínútur.
h) Fjarlægðu álpappír og lóð. Bakið skorpuna þar til þær eru gullinbrúnar - um 16-20 mínútur.
i) Stráið tveimur aura af hvítu súkkulaði yfir heita skorpuna. Látið standa í um það bil 1 mínútu.
j) Dreifið súkkulaði yfir botninn og hliðarnar með bakinu á skeið.
k) Færið yfir á grind til að kólna.

94. Mousse torte með oreo skorpu

Gerir: 1 skammt

HRÁEFNI:
- 24 Oreo kökur
- ¼ bolli ósaltað smjör, brætt
- ¾ bolli Þeyttur rjómi
- 8 aura hálfsætt súkkulaði, saxað
- 1 pund hvítt súkkulaði, saxað
- 3 bollar Kældur þeyttur rjómi
- 1 pakki af óbragðbætt gelatíni
- ¼ bolli Vatn
- 1 tsk vanilluþykkni
- Saxaðar Oreo kex

LEIÐBEININGAR:
FYRIR SKORPA:
a) Smjör 10" springform í þvermál með 2¾" háum hliðum.
b) Myljið smákökur í örgjörva. Bætið bræddu smjöri út í og blandið þar til það hefur blandast saman. Þrýstið skorpublöndunni í botninn á tilbúnu pönnunni. Látið rjóma sjóða í þungum meðalstórum potti. Dragðu úr hita niður í lágan. Bætið súkkulaði saman við og þeytið þar til það er bráðnað og slétt. Hellið súkkulaðiblöndunni yfir skorpuna. Slappaðu af.

TIL FYLLINGAR:
c) Blandið saman hvítu súkkulaði og 1 bolla af rjóma ofan á tvöföldum katli. Hrærið yfir sjóðandi vatni þar til það er bráðnað og slétt. Fjarlægðu ofan af vatni. Kælt til varla volgt. Stráið gelatíni yfir ¼ bolla af vatni í þungum litlum potti. Látið standa í 5 mínútur til að mýkjast. Hrærið við vægan hita þar til gelatíníð leysist upp. Hellið í stóra skál. Bætið 2 bollum sem eftir eru af rjóma og vanillu saman við og hrærið saman.
d) Þeytið rjóma-gelatínblönduna í mjúka toppa. Blandið hvítu súkkulaðiblöndunni saman við.
e) Hellið fyllingu í skorpuna. Geymið í kæli þar til fyllingin hefur stífnað, að minnsta kosti 6 klukkustundir eða yfir nótt.
f) Hlaupa lítinn, beittan hníf um hliðar pönnu til að losa um torte.
g) Losaðu pönnuhliðarnar. Stráið söxuðum kökum ofan á.

95. Mjúkt cannoli með sítrónumús

Gerir; 9 cannoli

HRÁEFNI:
FYRIR CANNOLI MJÚK SKELJARNAR
- 2 stór egg
- 55 g flórsykur
- 55 g mjúkt hveiti
- 1 klípa salt
- 1/2 tsk vanillumauk
- 1 tsk sítrónusafi
- 1/2 rifinn sítrónubörkur

FYRIR CLOTTED REM OG LEMON CURD MÚS
- 85 g fullfeiti mjúkur ostur
- 115 g þétt mjólk
- 65 g rjómi
- 45 g lemon curd
- 1 msk sítrónusafi

LEIÐBEININGAR:

a) Undirbúðu skeljarnar þínar með því að aðskilja eggjahvítur og eggjarauður. Þeytið fyrst eggjahvíturnar með klípu af salti og 1 tsk af sítrónusafa í stífa toppa með því að bæta helmingnum af flórsykrinum út í tvisvar. Þegar þú hefur útbúið gljáandi marengs skaltu setja hann til hliðar.

b) Þeytið eggjarauður með vanillu, hinum helmingnum af flórsykri og rifnum sítrónubörk, þar til hún er ljós. Bætið marengsnum við einni skeið í einu og brjótið saman frá botninum til að reyna að halda eins miklu lofti og hægt er.

c) Sigtið hveitið og bætið út í eggjablönduna í tvennt og blandið saman með spaða og gætið þess að blanda ekki deiginu. Flyttu í pípupoka og búðu til um 9 cm diska á bökunarplötu með bökunarpappír. Þú getur notað skeri eða kokkahring til að teikna útlínurnar.

d) Bakið í 5 mínútur í forhituðum ofni við 200 C. Þegar skeljarnar eru soðnar skaltu setja þær á kæligrind til að kólna, þær eiga að vera mjúkar.
e) Í millitíðinni skaltu undirbúa mousse þína með því að þeyta öllu hráefninu í skál. Magnið er nóg til að fylla 9 cannoli, en ef eitthvað er eftir er bara sett í litla bolla fyrir léttan eftirrétt.
f) Þegar hráefnin hafa náð mjúkri en þéttri þéttleika er sett í sprautupoka með stjörnustút.
g) Cannoli-skeljarnar þínar eru nú kældar niður, stráið flórsykri yfir að utan og pípið moussen beint í miðjuna á svampdiskunum. Brjóttu svampinn á hvorri hlið og klíptu toppinn til að loka. Berið fram með nokkrum jarðarberasneiðum og myntulaufi til skrauts.

96. Grasker ger Bundt kaka

Gerir: 12

HRÁEFNI:
- 1 bolli graskersmús
- 2½ bollar venjulegt speltmjöl eða hveitikökumjöl
- ½ bolli af hvaða jurtamjólk sem er
- 7 grömm af þurrgeri
- ½ bolli af rörsykri eða öðrum óhreinsuðum sykri
- safi og börkur af 1 sítrónu
- 1 matskeið fljótandi kókosolía
- 1 bolli þurrkuð trönuber

LEIÐBEININGAR:
a) Blandið saman hveiti, ger, sykri og trönuberjum í blöndunarskál.
b) Hitið hægt og rólega graskersmús, jurtamjólk, sítrónusafa og - börk og kókosolíu í litlum potti. Hnoðið blautu hráefninu í deigið. Þetta ætti að taka um 8 mínútur að klára.
c) Stráið þunnu lagi af hveiti á Bundt kökuformið og smyrjið það. Settu deigið á pönnuna, hyldu það og láttu það hefast í 1 klukkustund á heitum stað.
d) Forhitið ofninn í 180°C/350°F og bakið í 35 mínútur.

97. Bailey's frosin súkkulaðibita mousse kaka

Gerir: 8 skammta

HRÁEFNI:
- ¼ bolli Malaður espresso
- ½ bolli Vatn
- 1 bolli kökumjöl
- ½ tsk matarsódi
- ¼ tsk Salt
- 4 matskeiðar Ósaltað smjör
- ½ bolli Plús 2 matskeiðar kornsykur
- 2 stór egg
- ½ tsk vanilluþykkni
- ¼ bolli sýrður rjómi
- 5 aura bitursætt súkkulaði, gróft saxað
- ¼ bolli Auk 2 matskeiðar mjólk
- ¼ bolli Kornsykur
- ⅛ teskeið Salt
- 2 tsk vanilluþykkni
- ½ bolli Bailey's Irish Cream Likjör, skipt
- 6 aura Mascarpone, mildaður
- 1 bolli Þungur rjómi
- ¼ bolli heslihnetur, létt ristaðar og gróft saxaðar
- 4 aura Bittersweet súkkulaði, skorið í 1/2 tommu bita
- ¾ bolli Þungur rjómi
- 2 matskeiðar Bailey's Irish Cream Likjör
- 1 msk sælgætissykur
- 2 aura Bittersweet súkkulaði, gróft saxað
- Hlý súkkulaðisósa

LEIÐBEININGAR:
ESPRESSO KAKA:
a) Settu rekki í neðri þriðjungi ofnsins og forhitaðu í 350 F. Smyrðu 8 tommu fermetra kökuform létt. Dustið hveiti á pönnuna og sláið úr umframmagninu.

b) Settu malaða espressóinn í bolla eða litla skál. Hitið vatnið að suðu og hellið því yfir espresso duftið. Leyfðu lóðinni að malla í 5 mínútur. Sigtið kaffið í gegnum tvöfalt lag af ostaklút.
c) Mælið ¼ bolla af kaffinu og setjið til hliðar. Hrærið saman hveiti, matarsóda og salti með vírþeytara.
d) Sigtið blönduna á stórt stykki af vaxpappír. Þeytið smjörið á miðlungshraða í 1 til 2 mínútur þar til það er rjómakennt í 4½ lítra skálinni af kraftmikilli hrærivél sem notar spaðafestinguna.
e) Bætið sykrinum smám saman út í, blandið vel á milli þess sem er bætt í og skafið niður hliðar skálarinnar þegar þarf. Bætið eggjunum út í einu í einu og þeytið þar til blandast saman. Bætið vanillu og sýrðum rjóma út í. Á lágum hraða, bætið helmingnum af hveitiblöndunni út í og þeytið þar til það hefur blandast saman. Bætið ¼ bolla af espressó út í og blandið vel saman.
f) Bætið restinni af hveitiblöndunni út í. Skafið deigið í tilbúna formið og bakið í 25 til 30 mínútur eða þar til kakan byrjar að draga sig frá hliðum formsins og prófunartæki sem stungið er í miðjuna á kökunni kemur hreint út. Takið pönnuna úr ofninum og setjið á grind til að kólna alveg.

SÚKKULAÐI KLUPA MÚS:
a) Setjið súkkulaðið í matvinnsluvél með málmhöggblaðinu. Vinnið í 20 til 30 sekúndur, þar til það er fínmalað. Blandið saman mjólk, sykri og salti í litlum potti.
b) Eldið við meðalhita, hrærið með tréskeið, þar til sykurinn leysist upp og mjólkin er komin upp. Takið pönnuna af hitanum.
c) Bætið vanilluþykkni og ¼ bolla af Bailey's út í. Með mótor matvinnsluvélarinnar í gangi skaltu hella heitu mjólkinni í gegnum fóðurrörið.
d) Vinnið í 10 til 20 sekúndur þar til súkkulaðið er alveg bráðið. Skafið súkkulaðiblönduna í stóra skál með spaða og kælið í um það bil 5 mínútur þar til hún er volg. Í 4 1/2-lítra skálinni af kraftmikilli hrærivél sem notar spaðafestinguna, þeytið mascarponeið á meðal-lágum hraða bara þar til það er mýkt.

e) Bætið restinni af Bailey's smám saman út í, skafið niður hliðina á skálinni eftir þörfum. Skiptu yfir í vírþeytuna og þeytið á meðalhraða, bætið þungum rjómanum út í. Aukið hraðann í meðalháan og haltu áfram að þeyta í 2-3 mínútur þar til mjúkir toppar myndast þegar pískinu er lyft.
f) Notaðu stóran gúmmíspaða og blandaðu þriðjungi af rjómablöndunni saman við súkkulaðiblönduna til að létta hana.
g) Blandið afganginum af þeyttum rjómanum saman við súkkulaðiblönduna. Brjótið ristuðu hneturnar og súkkulaðibitana saman við músina.

SAMLAÐU KÖKU:

a) Klæddu 8 tommu fermetra pönnu með filmu og skildu eftir 2 tommu yfirhengi á tveimur gagnstæðum hliðum pönnunnar. Notaðu langan hníf til að skera kökuna lárétt í tvö jafnþykk lög.
b) Settu efsta lagið, með skurðhliðinni upp, í botninn á pönnunni. Skafið músina ofan á kökulagið á forminu. Sléttið toppinn með litlum málmspaða. Settu annað lagið, með skurðhliðinni niður, ofan á moussen.
c) Í 4 ½ lítra skál af öflugri rafmagnshrærivél með vírþeytafestingunni, blandaðu saman þungum rjómanum, Bailey's og sælgætissykrinum og þeytið á meðalháum hraða þar til meðalstífir toppar myndast þegar þeytan er lyft upp. .
d) Með litlum málmspaða, dreifðu toppnum á kökunni með þeyttum rjóma. Stráið súkkulaðibitunum yfir þeytta rjómann.
e) Frystið kökuna í 6 tíma eða yfir nótt. Takið kökuna úr frystinum. Lyftu því upp úr pönnunni, notaðu yfirhangandi álpappírsstykki sem handföng og settu það á skurðbretti til að herða í 30 mínútur.
f) Með beittum hníf, snyrtu fjórar hliðar kökunnar og skerðu síðan í átta 4-tommu-by2-tommu stangir. Berið fram á eftirréttadiskum með volgri súkkulaðisósu.

98. Bailey's Irish cream mousse baka

Gerir: 4 skammta

Hráefni:
- 3 egg, aðskilin
- ¾ bolli Bailey's Irish Cream
- 1 bolli valhnetukjöt, saxað
- ⅛ teskeið Salt
- 2 bollar Kool-Whip
- 2 matskeiðar rakað súkkulaði

LEIÐBEININGAR:

a) Þeytið eggjarauður þar til þær verða sítrónulitar. Bæta við salti og Bailey's. Eldið ofan á tvöföldum katli þar til eggjarauða blandan þykknar.

b) flott. Þeytið eggjahvítur þar til þær eru stífar. Blandið egg/Bailey's blöndu, eggjahvítum og ⅔ af Kool Whip saman með því að brjóta saman. Brjótið ¾ bolla af hnetukjötinu saman við. Skafið í bakaða bökuskel.

c) Hyljið með afganginum af þeyttu álegginu. Stráið afganginum af hnetukjöti og súkkulaðispæni yfir.

d) Frystið í 4 klst.

99. Bailey's súkkulaðimús

Gerir: 6 skammta

HRÁEFNI:
- 2 tsk óbragðbætt gelatín
- 2 matskeiðar kalt vatn
- 1/4 bolli sjóðandi vatn
- 1/2 bolli sykur
- 2 matskeiðar kakóduft
- 1 1/2 bolli þungur rjómi mjög kalt
- 1/2 bolli Baileys Irish Cream mjög kalt
- 1 tsk vanillu

LEIÐBEININGAR
a) Stráið gelatíni yfir kalt vatn í lítilli skál; hrærið og látið standa í 1 mínútu til að mýkjast.
b) Bætið við sjóðandi vatni; hrærið þar til gelatínið er alveg uppleyst. Látið standa að kólna.
c) Hrærið saman sykur og kakó í stórri blöndunarskál; bætið þungum rjóma við.
d) Þeytið á meðalháum hraða þar til stífir toppar myndast; Hellið Baileys-, vanillu- og gelatínblöndunni smám saman út í og þeytið stöðugt á miklum hraða þar til vel blandað saman og mjúkir toppar myndast.
e) Látið standa í 5 mínútur til að þykkna.
f) Setjið með skeið í rétta og setjið í kæli til að kæla.
g) Kældu í 1 klukkustund eða þar til tilbúið til framreiðslu.

100. Baileys mousse með vanillu pizzu

Gerir: 8 skammta

Hráefni
- 1 kassi instant vanillubúðingur
- 1,5 bollar Baileys
- 1/2 bolli mjólk
- 1 bolli þungur rjómi
- kanill
- vanillupizzu til skrauts

LEIÐBEININGAR

a) Þeytið saman Baileys, mjólk og instant pudding blanda. Settu það í ísskáp í 10-15 mínútur
b) Hellið rjóma í hrærivélarskálina og setjið þeytarafestinguna á. Þeytið á hátt þar til stífir toppar myndast
c) Blandið þeyttum rjóma saman við búðinginn. Ekki blanda of mikið, nokkrar rákir eru fínar
d) Sett í ísskáp þar til það er kalt
e) Berið fram með kanil með nokkrum bitum af vanillupizzu

NIÐURSTAÐA

Mousse samanstanda almennt af fjórum hlutum - botninum, eggjafroðu, stilliefni og þeyttum rjóma. Grunnar eru bragðþátturinn í músinni og geta verið ávaxtamauk, krem eða ganache.

Eggjafroða mun bæta léttleika og rúmmáli í moussen – ítalskur marengs eða pate á bombe (úr eggjarauðu og soðnum sykri) er oftast notaður. Algengasta stillingarefnið er gelatín þó að agar agar sé hægt að nota sem grænmetisæta staðgengill. Að lokum stuðlar þeyttur rjómi að ríkri, rjómalaga áferð músarinnar.

Ingram Content Group UK Ltd.
Milton Keynes UK
UKHW020609020623
422767UK00006B/84